Ongeza ufahamu wako kuhusu maombi

Samuel Aswile

Published by Samuel Aswile, 2024.

ONGEZA UFAHAMU WAKO KUHUSU MAOMBI

First edition. October 7, 2024.

ISBN: 979-8227120762

Written by Samuel Aswile.

Yaliyomo

SHUKRANI

Kwa unyenyekevu mkubwa napenda kumshukuru Mungu na Roho wake Mtakatifu kwa kunipa zawadi hii ya uhai hata hivi leo ni mzima ni neema tu. Zaidi sana namshukuru Mungu kwa neema yake kupitia Roho wake Mtakatifu kwa kunipa maono haya na kunijalia kuyahifadhi kwa kuandika kitabu hiki, hakika bila msaada wake nisingeweza kukamilisha kazi hii kubwa kuliko uwezo wangu binafsi.

Katika mafanikio yoyote kupata msaada toka kwa wengine ni jambo ambalo halikwepeki kabisa. Katika kuandika kitabu hiki nimepata msaada wa ushauri na rasilimali kutoka kwa watu mbalimbali na ninatambua mno mchango wa kila mmoja. Hata hivyo si rahisi kuwataja mmoja mmoja na mchango wao, lakini nitakuwa si muungwana kama sitamtaja ndugu Sadick Mwasilembo pamoja na familia yake kwa ujumla kwa mchango wake aliutoa bila kuchoka pamoja na kwamba ana majukumu mengi ya kihuduma na ya kifamilia alifanya kila awezalo ili kukamilisha kazi ya kuandika kitabu hiki.

Shukrani za pekee kwa mama yangu Nitike Kisisile na Mjomba wangu mpendwa Geoffrey Mbibi Kajabuka na familia yake yote kwa malezi bora waliyo nilea kimwili na kiroho hata nikawa hivi nilivyo leo.

Neno hili la asante liwe kwa ndugu zangu dada Tusajigwe kasyanju, Nitike Mwasanga, Jane Mwabhuponde na kaka Ipyana Mwakapasa kwa kuendelea kunibeba katika maombi kipindi chote hasa wakati wa kuandika kitabu hiki. Tena niseme asante kwa uongozi na wanafelloship wote wa Mabibo N.L.C fellowship kwa kunilea kiroho.

Mwisho niwashukuru kaka zangu Numpale Awile, Andwele Mwanyemba, Lwimiko Aswile, Gwantwa Aswile, Peter Kyamba, na dada yangu wa pekee Atuganile Lambwe kwa neno lao hili "*Yote yawezekana ukiamini usikate tamaa*", ambalo limendelea kusimama ndani yangu kama fimbo ya kutembelea kwenye utelezi wote wa maisha ya kiroho na kimwili kwangu.

Asanteni nyote na karibu tujifunze pamoja

YALIYOMO

SIKU YA NANE

Somo la nane: Maombi ni agizo la Mungu kwetu.

SIKU YA TISA.

Somo la tisa: Maombi humfanya Mungu akae kati yetu.

SIKU YA KUMI

Somo la kumi: Maombi kama maelezo ya mahitaji.
Maombi hukamilisha kazi ya Mungu.
Maombi Yana huisha nafsi zetu.
Maombi ni ufunguo wa yasiyo wezekana.

SIKU YA KUMI NA MOJA

Somo la kumi moja: kuchunguza kama Maombi yetu yanajibiwa na Mungu.
Ndiyo nitakupa,
Hapana sitakupa
Subiri.

SIKU YA KUMI NA MBILI

Somo la kumi na mbili: Kwanini niambiwe nisuniri jibu la maombi yangu.

SIKU YA KUMI NA TATU

Somo la kumi na tatu: Imani katika Maombi.

SIKU YA KUMI NNE

Somo la kumi na nne: Umhimu wa kusikia katika Maombi

SIKU YA KUMI NA TANO

Somo la kumi na tano: Ile kwamaba umepokea jibu la maombi yako toka kwa Mungu haimanishi kuwa ni kusudi la Mungu upewe jibu hilo alilo kupa

SIKU YA KUMI NA SITA

Somo la kumi na sita: Nitajuaje kama maombi yangu yamejibiwa au nimeomba katika mapenzi ya mungu?.

Kiashiria cha kwanza.

Kiashiria cha pili.

Kiashiria cha tatu

Kiashiria cha nne

SURA YA KUMI NA SABA

Somo la kumi na saba: Je ninapoomba nitumie damu ya Yesu au jina la Yesu?.

SIKU YA KUMI NA NANE

Somo la kumi na nane: Ulimwengu wa roho unaongozwa kwa sheria.

BAADA YA SEMINA

Ushauri wangu

UTANGULIZI

Kitabu hiki ni cha kwanza katika mfululizo wa vitabu vya maombi vinavyo kuja baada ya hiki. Nimekiandika kitabu hiki ili kuweka msingi imara juu ya somo la maombi tuombayo kwa Mungu.

Wanao pata neema ya kukiona kitabu hiki ni wengi lakini wanao teuliwa kukisoma ni wachache na ikiwa kitabu hiki kimefika mkononi mwako na umesoma mpaka sentesi hii basi wewe ni mmoja wa wateule hao ambao Mungu anataka wajue ile siri iliyomo ndani ya maombi, kwa hiyo jitahidi usome mpaka mwisho ili upate kilicho kusudiwa kwako.

Ile kwamba wewe sio mwombaji sio sababu ya kutosoma kitabu hiki na kupata maarifa yaliyomo humu, nakuhimiza ukisome kwa sababu yaliyomo humu yatausemesha moyo wako hata kama si mwombaji kuna kitu kwa ajili yako utapata, kamwe huwezi kukosa chakukusaidia.

Katika mkusanyiko huu wa masomo ya maombi utajifunza vifungu kadha vya biblia, na mambo mengine muhimu ambayo yatakufanya uone matokeo mazuri katika huduma yako ya maombi na maisha yako kwa ujumla.

Mhimu zaidi ni kuwa masomo haya yatakusaidia sana katika kuimarisha uhusiano wako na Mungu, elimu hii pia itakupa ujuzi wa mbinu za kuwa mshindi katika vita tuliyo nayo ambapo hatushindani na mwanadamu bali juu ya nguvu za giza.

Je! Shetani anashikilia mji wako?, Je Shetani anamshikilia kwa nguvu mumeo, mke, watoto, kazi au maisha yako?. Kupitia kitabu hiki wewe utajifunza jinsi ya kuvunja ngome hizi za Shetani.

Pia ndani ya kitabu hiki utapata majibu ya maswali uliyo nayo juu ya maombi, ikiwemo swali hili *Kwa nini tunamwomba Mungu ikiwa anajua kila kitu na anajali sana maisha yetu?.*

Biblia imesena wazi katika **2 Wakorintho 10:5**"*tukiangusha mawazo na kila kitu kilichoinuka, kijiinuacho juu ya elimu ya Mungu....*" *K*wa sababu hiyo nimekuombea wewe ilikilafikra itakayo inuka kukuzuia usipate ujuzi uliomo humu kuhusu maombi isifanikiwe.

Ni maombi yangu kuwa mara umalizapo kusoma kitabu hiki upewe msukumo wa kufanya maombi ndani yako, hii ni kwa sababu kulingana na neno la Mungu toka **1Timotheo2:1,** maombi ni msingi wa kila kitu katika maisha ya jamii ya waaminio katika Kristo Yesu. Kumbuka msingi wa kitu ndio unaoamua uimara na ubora wa kitu hicho, Kwa hiyo kama huwezi kuomba hakika wewe umepungukiwa na kitu kikubwa sanamaishani mwako.

Tuombe. Mungu Baba asante kwa muda huu umetupa mimi na ndugu huyu tukutane hapa kwa njia ya kitabu hiki, naomba Roho wako atujalie kuelewa haya tujifunzayo kupitia kitabu hiki, katika jina la Yesu Kristo.Ameni

Sasa nina amani na furaha moyoni mwangu kwa kuwa ijapokuwa mimi sipo nawe hapo ulipo, najua hakika kuwa Roho Mtakatifu yupo hapo ili kukusaidia kuelewa unayosoma , kwa hiyo uwe na amani kwa kuwa una mwalimu bora sana hapo ulipo muda huu, kuliko mwalimu mwingine yeyote yule, mhimu ni wewe kumkaribisha kila usomapo kitabu hiki.

Nimekuwekea maandiko ya biblia humu si kwamba hutaamini nisemalo bali lengo ni kutaka wewe utafakari kwa upana wake chini ya mwongozo wa Roho wa Bwana upate kuelewa, hivyo hakikisha upo mahali tulivu, zaidi sana uwe na utulivu wa rohoni pia uwe na biblia yako mkononi mwako tunapoendelea kujifunza somo hili.

Karibu tujifunze

Samuel Mwakatajila
June 2020

SIKUYA KWANZA

Somo la 1: Swali langu juu ya maombi tumwobayo Mungu

Shalom kanisa! Nashukuru Mungu aliyenipa neena ya kukutana nawe kupitia kitabu hiki, ni hamu yangu kukushirikisha swali langu juu ya maombi tuombayo mbele za Mungu, lakini kabla sijasema chochote naomba kwanza nitumie dakika kidogo kumshukuru Mungu. Tuombe. Baba ambaye kwako ubaba wote wa mbinguni na duniani hutajwa nakushuru kutupa neema ya kukutana na ndugu yangu huyu ambaye muda huu kitabu hiki kipo mkononi mwake, naomba Roho Mtakatifu atujalie neema ya kuelewa tujifunzalao siku ya keo Ameni.

Ndani yangu katika nyakati flani nilikumbana na swali gumu sana kwangu ambalo lilitaka majibu ya haraka, swali hilo ni hili: ***Kwa nini tunamwomba Mungu?.*** Msingi wa swali hili ulikuwa katika kitabu cha **1Petro 5:7** *"huku mkimtwika yeye fadhaa zenu zote, kwa maana yeye hujishughulisha sana kwa mambo yenu"*. Nilicho jiuliza ni hiki kama kweli yeye Mungu hujishughulisha mno na maisha yetu kuna haja gani basi ya kumtwika shida zetu au kumpelekea mahitaji yetu yaani kuingia katika maombi. Huu msitari nimekuwekea hapa ni mmoja wapo tu wa mistari mingi ndani ya Biblia inayotutaka tumwombe Mungu. Fikiria juu ya mistari hii ifuatayo: **1 Timotheo 2:1** *"Basi, kabla ya mambo yote, nataka dua, na sala, na maombezi, na shukrani, zifanyike kwa ajili* *ya watu wote"*; hebu waza pamoja nami ni kwa nini Mungu anataka kwanza sala,dua na maombi vifanyike je nini nafasi ya maombi katika kutimiza kusudi la Mungu?. Kwa nini Mungu asubiri maombi ya watu wake.

Naamini unaanza kupata kitu hapa, jaribu kufikiria juu ya jambo flani pengine katika ukoo au juu ya mafanikio yako na pengine hata ya mtu mwingine, unakuta kuna mambo yamekuwa hivyo miaka nendarudi lakini ulipoanza kuomba kwa ajili ya jambo hilo Mungu ameingilia kati na kuliondoa, swali ni kwa nini Mungu alinyamaza hapo kwanza asiingilie kati au asifanye mpaka asubiri maombi ya mtu wake juu ya eneo hilo. Ukisoma mahali pengine unakuta Mungu akitafuta mtu wa kuomba ili atende au azuie jambo baya ambalo analikusudia kulitenda juu ya eneo hilo **Ezekieli 22:30-31** *"Nami nikatafuta mtu miongoni mwao, atakayelitengeneza boma, na kusimama mbele zangu mahali palipobomoka, kwa ajili ya nchi, nisije nikaiharibu, lakini sikuona mtu. Kwa sababu hiyo nimemwaga ghadhabu yangu juu yao; nimewateketeza kwa moto wa hasira yangu; nami nimeileta njia yao wenyewe juu ya vichwa vyao, asema Bwana MUNGU".* Ukiangalia na kuitafakari mistari hii miwili ya Ezekiel ni wazi kuwa Mungu alimwaga ghadhabu yake kwa kuwa hapakuwa na mtu atakaye litengeneza boma na kusimama mbele zake. Ni mtu wa nanna gani ambaye Mungu alitaka asimame hapo palipo bomoka, mtu huyu bila shaka ni mwombaji ambaye alitakiwa asimame kuomba maombi ya toba (rehema) kwa Mungu kwa ajili ya nchi, lakini hakuonekana aliye tayari kusimama. Swali ni kwa nini Mungu atafute mtu wa kuomba rehena?

Tazama pia katika kitabu cha **Isaya 59:16** *"Akaona ya kuwa hapana mtu, akastaajabu kwa kuwa hapana mwombezi; basi, mkono wake mwenyewe ndio uliomletea wokovu; na haki yake ndiyo iliyomsaidia."* Kukosekana kwa mwombezi (mtu wa maombi) ni jambo lililo mshangaza sana Mungu, kuona hapana mwombezi kwa sababu alitegemea kumwona mwombezi lakini hakuwepo akashangaa!. Swali hapa kwa nini Mungu ategemee kumwona mwombezi amesimama katika zamu yake akiomba. Maneno ya mwisho ya mstari huu yanasema kwa sababu hiyo alilazimika kutumia nguvu za mkono wake mwenyewe na haki yake ndiyo vilivyo mpatia wokovu wake. Tunaweza kusema kama pangalikuwepo mwombezi asingelazika kutumia nguvu za mkono wake na haki yake mwenyewe kujiokoa. Ukisoma kitabu cha **Yohana16:32** itakusaidia kuelewa zinazungumzwa habari za nani hapa.

Tafakari maneno haya ya **Isaya 63:5-6** "*Nikatazama, wala hakuna wa kusaidia; Nikashangaa kwa kuwa hakuna mwenye kutegemeza; Basi, mkono wangu mwenyewe uliniletea wokovu, Ghadhabu yangu ndiyo iliyonitegemeza.Nikazikanyaga kabila za watu kwa hasira yangu, Nikawalevya kwa ghadhabu yangu, Nami nikaimwaga damu yao chini.*" Mtu huyu aliyehitajika ni mtu wa maombi (mwombezi) alitakiwa kusimama mbele za Mungu ili kusaidia Ghadhabu ya Mungu ismwagwe juu ya mji lakini hakuonekana mtu wa kusimama hapo na damu ya watu wale ikamwagwa. Je ni kwa nini Mungu asubiri maombi ya mtu wake ili auponye mji?.

Fuatilia pia kisa cha Ibrahimu katika kitabu cha **Mwanzo 18:16-33** biblia ina sema Ibrahimu alikuwa bado yupo mbele za Mungu akihojiana na Mungu juu ya mji wa Sodoma. Utaona kuwa Mungu alikataa kumwangamiza mtu mwenye haki pamoja na mtu mwovu. Mungu hakuiharibu Sodoma mpaka pale mtumishi wake aliporidhika kuwa ikiwa kweli mji mzima utakosa kiasi cha watu kumi (10) waadilifu mbele za Mungu basi sawa Mungu auharibu mji ule. Inawezekana kuwa pengine Ibrahimu angefikia kutaka mtu moja pengine sodoma isingeangamizwa kwa sababu ulikuwa na mtu mmoja tu mwadilifu mbele za Mungu. Kumbuka mahojiano hayo yalijikita katika kuharibu mji na si kumwokoa mwenye haki. Tazama mstari wa **Mwanzo 18:24** imeandikwa hivi "*....wenye haki hamsini katika mji, utaharibu, wala hutauacha mji kwa ajili ya hao hamsini....*"

Tazama pia **Yeremia5:1** "*Pigeni mbio huku na huku katika njia za Yerusalemu, mkaone sasa, na kujua, na kutafuta katika viwanja vyake,* *kwamba mwaweza kumpata mtu mmoja, kwamba yuko mtu mmoja awaye yote atendaye kwa haki, atafutaye uaminifu; nami nitausamehe mji huo."*

Lengo la Mungu kuwataka wacheki au watafute kama wanaweza kupata mtu mwenye haki ndani ya mji ni ili apate kuusamehe mji. Naamini mtu huyu anayetafutwa hapa ni yule mwenye kuuchukia uovu na mwenye kuomba rehema za Mungu kusudi uovu uondoke katika mji. Tena tafakari maneno haya ya nabii **Danieli 9:3**-4 "*Nikamwelekezea Bwana Mungu uso wangu, ili kutaka kwa maombi, na dua, pamoja na kufunga, na kuvaa nguo za magunia na majivu. Nikamwomba BWANA, Mungu wangu, nikaungama, nikasema, Ee Bwana, Mungu mkuu, mwenye kutisha, ashikaye maagano na rehema kwao wampendao, na kuzishika amri zake;".*

Swali hili lilinilazimu kurudi shule ya Roho Mtakatifu kujifunza sababu za Mungu kututaka sisi kufanya maombi, hakikuwa kitu rahisi kabisa nilijaribu kutafuta katika maduka ya vitabu, na maktaba au mahali pengine kupata maandishi yaliyo andikwa juu ya maada (topic) ya namna hii huku nikifuatilia maandiko matakatifu kwa utulivu kabisa sikufanikiwa kwani majarida na vitabu vingi vimeandika kuelezea namna ya kuomba na msisitizo mkubwa ni juu ya kutaka watu waombe lakini hawajaeleza kwa nini ni mhimu kwangu au kwako kama mkristo niliyeitwa mwana wa ufalme tena kuhani katika Kristo Yesu (**1Petro 2:9**) niwe namuomba Mungu. Ni kutokana na ukosefu wa elimu ya kiroho juu ya umhimu wa maombi ndiyo maana kuna watu wengi hawana habari na maombi ila wanataka kumwimbia Bwana, wengine wanataka kuwa wahubiri lakini hawataki kuomba nakadhalika ninachotaka ujue leo ni kuwa maombi ni ya mhimu sana katika maisha yako ya kiroho bila kujali karama uliyo nayo maombi ni lazima kwa kila mkristo.

Namshukuru Mungu ambaye alinipa majibu juu ya maswali yangu baada ya muda mrefu kupita ambayo yalibadili kabisa mtazamo wangu juu ya maombi na kujikuta hali yangu ya kiroho ikizidi kuimarika katikati ya changamoto kubwa sana zilizonizunguka pande zote. Roho Mtakatifu ameweka somo hili ndani yangu ambalo amenipa kibari leo nisimame mbele yako nipate kukufundisha na nilifikishe mkononi mwako kwa njia ya maandishi leo hii, najua si bure bali ni mpango wa Mungu iwe hivi kwa hiyo fuatana nami katika somo hili ili uweze kupata maarifa ya elimu ya kiroho upate kufaidika maishani mwako unapomwabudu Mungu, kumbuka inatakiwa upate faida katika kumwabudu Mungu wako na si hasara (**Mathayo 15:9** *"Nao waniabudu bure, Wakifundisha mafundisho Yaliyo maagizo ya wanadamu.")* Hupaswi kuambudu bure bali kwa faida na ili uabudu kwa faida unahitaji upate mafundisho (Elimu) ya kweli kuhusu Mungu.

SIKU YA PILI.

Somo la pili: Je maombi ni nini?.

Bwana Yesu apewe sifa wana wa Mungu!. Funika macho yako na tuombe. Asante Mungu wetu ambaye umetupa neema ya kujifunza neno lako ili tuzidi kukujua wewe zaidi, kwa sababu imeandikwa katika **Ayubu 22:21**. Mjue sana Mungu, ili upate kuwa na amani; unasema na hayo mema ndipo yatakapo tujia, tufundishe eeh Bwana Mungu mwema. Amen.

Kabla hatujaingia ndani zaidi katika kulitazama swali hili kwa undani ni vema tukaangalia japo kidogo kuhusu mambo ya msingi kuhusu maombi. Nianze kwa kutupia jicho kwenye swali dogo lakini la mhimu sana. Maombi ni kitu gani kibiblia?. Tangu utoto wangu nilikuwa najua maombi ni ile hali ya kwenda mbele za Mungu na kumweleza Mungu orodha ya mambo au vitu mbalimbali ninavyotaka yeye Mungu anitendee maishani mwangu. Tena nilijua kuwa muda wa kumwomba Mungu ni pale ninapokuwa kanisani au saa ya chakula inapofika au nikiugua ghafula au nikishirikishwa kumwombea mtu mwingine, sikujua kuwa maombi ni mfumo wa maisha ya mkristo. Mtazamo huu haukuwa kwangu peke yangu bali naamini hata sasa wengi huamini hivyo, lakini mtazamo huu si wa kweli na una madhara katika ukuaji wa kiroho kwake aliye na mtazamo huo. Namshukuru Roho Mtakatifu aliye nijulisha makosa yangu juu ya mtazamo wangu kuhusu maombi, sasa nimepata kujua kuwa maombi ni zaidi ya hapo.

Nilijua hivyo miaka kadhaa iliyopita kwani kuna muda sikuwa naomba kwa vile yale niliyo yaomba bado hayajatimizwa au kujibiwa na wakati mwingine sikuwa najisikia kuomba kabisa. Ikitokea hivyo mara nyingi nilipelekwa katika **Zaburi 126:6** "*Ingawa mtu anakwenda zake akilia, Azichukuapo mbegu za kupanda. Hakika atarudi kwa kelele za furaha, Aichukuapo miganda yake*". Nikawa sielewi nakumbuka siku moja baada ya kusoma mstari huu,Roho mtakatifu aliniiambia nijifunze kwa mkulima, yeye huamka asubuhi na mapema kwenda shambani kwake na mbegu mkononi, haogopi baridi kali ya asubuhi,wakati mwingine hujikata na jembe lakini harudi nyumbani anaendelea kulima maana furaha yake ni mavumo. Akaniambia ni nani aliye kuambia unatakiwa kufanya maombi kwa vile unajisikia vema au nani kakuambia nisipo kujibu unyamaze usiombe?. Je wajua maombi yana kazi gani?. Je wajua kwa nini nimeagiza kila mtu aombe bila kukoma (**1 Wathesalonike 5:17**)?. Akaniagiza niendelee kuomba hata kama upinzani ni mkali kiasi gani, kama ilivyo kwa mkulima furaha yake ni mavuno kadhalika furaha ya mwombaji yeyote ni majibu sahihi ya maombi yake toka kwa Mungu. (**Yohana16:14**)

Hallelujah!. Sasa naelewa vema Isaya alipo sema maneno haya tuyapatayokatika**Isaya 43:26** "*Unikumbushe, na tuhojiane; eleza mambo yako, upate kupewa haki yako.*"Ndiyo maombi ni kuwa na muda ambao wewe au kikundi cha watu hukutana na Mungu kwa ajili ya kuwa na mahojiano na Mungu wao. Musa alienda mlimani huko alikaa siku arobaini bila kula wala kunywa chochote si kwamba alikuwa ana pelekea mahitaji yake au ya watu aliowangoza kuelekea nchi ya ahadi hapana bali alikuwa na mazungumuzo na Mungu na akapewa mbao mbili zenye maneno ya Mungu. **Kutoka 31:18** "*Hapo BWANA alipokuwa amekwisha zungumza na Musa katika mlima wa Sinai, akampa hizo mbao mbili za ushuhuda, mbao mbili za mawe, zilizoandikwa kwa chanda cha Mungu.*" Bwana wetu Yesu naye alikuwa na tabia ya kwenda kuomba pamoja na kwamba wakati mwingine Biblia haituambii alikuwa anomba nini lakini lililo mhimu tunajua kuwa alikuwa na mazungumuzo na Baba yake. Hebu tafakari maneno haya **Luka9:28-31** "*Baada ya maneno hayo yapata siku nane, aliwatwaa Petro na Yohana na Yakobo, akapanda mlimani ili kuomba. Ikawa katika kusali kwake sura ya uso wake ikageuka, mavazi yake yakawa meupe, yakimeta-meta. Na tazama, watu wawili walikuwa wakizungumza naye, nao ni Musa na Eliya; walioonekana katika utukufu, wakanena habari za kufariki kwake atakakotimiza Yerusalemu*".

Tuona kuwa yesu aliende kuomba, biblia inatueleza kuwa katika maombi yale alikuwa akipewa maelezo juu ya kifo chake. Kwa ufupi ni kwamba siku zote maombi ni mahojiano kati ya muumba na mtu wake kama tulivyoona katika Isaya hapo juu Mungu anataka tuhojiane naye, mahojiano hayo yanaweza kuwa ni kumwambia mahitaji yetu, kutaka kwa njia ya Maombi kujua makusudi yake maishani mwetu au kujua mipango yake juu ya familia zetu kumbuka amesema **Amosi 3:7** "*Hakika Bwana MUNGU hatafanya neno lo lote, bila kuwafunulia watumishi wake manabii siri yake*." Kwa hiyo jifunze kukaribia mbele za Mungu kwa ajili ya mahojiano zaidi kuliko kujipanga kupeleka mahitaji yako kwani Mungu ana mengi sana ya kukuambia juu ya maisha yako na usisahau kuwa yeye mawazo yake ni bora kuliko ya kwako. Angalia usilale usingizi kwani atakapokuja kwako asije akakukosa kama kwa wale ndugu anasema **Ezekieli 22:30-31** "*Nami nikatafuta mtu miongoni mwao, atakayelitengeneza boma, na kusimama mbele zangu mahali palipo bomoka, kwa ajili ya nchi, nisije nikaiharibu, lakini sikuona mtu. Kwa sababu hiyo nimemwaga ghadhabu yangu juu yao; nimewateketeza kwa moto wa hasira yangu; nami nimeileta njia yao wenyewe juu ya vichwa vyao, asema Bwana MUNGU*".

Kulingana na mstari wa **Ezkiel 22:30-31** kuna mambo yametokea katika jamii zetu au huduma zetu kwa sababu amekosekana mtu aliye tayari kusimama hapo (kuomba) si kwa sababu waliopo hapo hawana sifa hapana bali ni kwa vile waliopo hawapo tayari kuingia gharama ya kupiga magoti (kuomba). Maombi ni jambo mhimu kwa mwamini ambalo Biblia inataka alipe kipaumbele maalumu katika maisha yake. **1 Timotheo 2:1** *"Basi, kabla ya mambo yote, nataka dua, na sala, na maombezi, na shukrani, zifanyike kwa ajili ya watu wote;"* Biblia inasema kabla ya mambo yote dua,sala na maombi vifanyike kwanza. Ina maana kwamba katika maisha yako maombi yanatakiwa kupewa umhimu mkubwa sana kuliko jambo lingine lolote, kwa lugha nyepesi kueleweka ni kuwa maombi yanatakiwa kuwa sehemu ya mfumo wa maisha yako ya kila siku. Si utaratibu wa kibiblia kuomba wakati wa chakula tu au unapokuwa kanisani tu au unapo pata shida ndio uombe hapana bali maombi ni lazima yawe sehemu ya maisha yako ya kila siku. Wengi wetu tunafanya kosa hili tunaanza mambo wenyewe bila kuomba na tunapofika katikati ya jambo tulilo jianzia wenyewe na kuona hakuna njia mbele na hatuwezi kuendelea nalo ndipo tunaanza kuomba, hi si sawa kabisa ilikuwa uombe kwanza kabla ya kuondoka kuanza safari. Mkumbuke Musa yeye alikataa kabisa kuondoka pasipo uwepo wa Mungu. **Kutoka 33:15** *"Naye akamwambia, Uso wako usipokwenda pamoja nami, usituchukue kutoka hapa".*

Kumbuka ni ahadi ya Mungu kukuonya na kukuelekeza njia iliyo nyooka. **Zaburi 32:8** *"Nitakufundisha na kukuonyesha njia utakayoiendea; Nitakushauri, jicho langu likikutazama".* Hii ndiyo sababu mojawapo ambayo Mungu anakutaka ukae kwenye maombi muda wote kusudi apate kukuelekeza na kukufundisha. Watu wengi wamelala yaani hawataki kuomba, wengine hawajisikii kuomba na wengine hawana mahitaji ya kuomba, hawajajua kuwa Mungu anataka kuwafundisha mambo wasiyo yajua, wamesahau kuwa Mungu mwenywe amesema *"Niite nani nitakuitia nani nitakuonyesha mambo makuu usiyo yajua bado"(* **Yeremia***33:3).* Oohsikia mtu wa Mungu usiache kuomba kwa sababu Mungu ana vitu vya kukuonyesha.

Kugoma kuomba ni mfano wa mwanafunzi asiye hudhuria darasani huku akitegemea kufanya mtihani, na akishindwa mtihani anamlaumu mwalimu wake kuwa hakumfundisha, hili si sawa kabisa maana si kosa la mwalimu ni kosa la mwanafunzi alikuwa mvivu kwenda darasani kujifunza, jua hili ya kwamba ukiamua kuacha kufanya maombi ni kwa hasara yako mwenywe na ukiamua kuwa mwombaji ni kwa faida yako mwenywe.

Umhimu wa Maombi

Mfumo wa kufanya maombi unafaida kubwa sana kwa mwamini hii ni kutokana na ukweli kwamba katika maombi tunapata neena ya kumkaribia Mungu. **Yakobo 4:8** "*Mkaribieni Mungu, naye atawakaribia ninyi. Itakaseni mikono yenu, enyi wenye dhambi, na kuisafisha mioyo yenu, enyi wenye nia mbili* ". Kwa hiyo tunapoamua kwenda mbali na Mungu, Mungu hukaa mbali nasi. Maombi hutusongeza mbele za Mungu

Kwa kuwa tuna karibia uweponi mwake damu ya Yesu hututakasa uchafu wote (dhambi) jambo hili hufanya mwili wetu wa kiroho (utu wa ndani) kuwa na afya njema ya kiroho. Naweza kufananisha hili na mtu anaye oga kila siku na yule asiye oga afya zao ni tofauti kabisa. Kama vile usipooga mwili hushambuliwa na magonjwa kadhalika utu wako wa kiroho usipo safishwa (kutakaswa) kwa damu ya Yesu hushambuliwa kwa urahisi na kirusi kibaya sana kuliko COVD-19, kirusi hi ni dhambi

Kama watumishi wa Mungu maombi hutusaidia kufanya kazi ya Mungu vzuri kwani ni katika maombi ndiko tunapata mwongozo wa jinsi ya kutumikia kusudi la Mungu, Mungu hutumia nafasi hiyo kukushauri juu ya uamuzi gani uuchukue juu ya jambo unalo kusudia kulingana na kusudi lake kabla hujaanza safari ya kiutumishi.Hivi ndivyo alivyofanya kwa Musa kule jangwani tazama **Kutika 3:3-22** tunaona Mungu akimpa kazi Musa, Mungu alitumia nafasi ile ya yeye kuwa faragha na mtumishi wake Musa kumweleza utaratibu wote anaotakiwa Musa kuufata ili aweze kukamilsha kazi aliyo pewa na Mungu. Kuna vitu ambavyo si rahisi kuvifanyia marekebisho safarini ukisha vigusa, ni bora usiviguse kabisa, fikiria unataka kurekebisha ndoa ambayo haikuwa katika mpango wa Mungu unafanyeje maana huna mlango wa kutokea.

Kuna saa waanafunzi wa Yesu walishangaa kuona jambo lilowasumbua sana la kutoa pepo lakini kwa Yesu haikuchukua hata dakika likamtoka kijana yule ndipo wanafunzi wa Yesu wakamfuata Yesu kwa siri ili awambie siri ya mafanikio yake katika huduma ile. Yesu aliwambia maneno machache tu, **Marko 9:29** "*Akawaambia, Namna hii haiwezi kutoka kwa neno lo lote, isipokuwa kwa kuomba*". Yesu alitaka waanafunzi wake wajue kuwa nguvu ile ipo katika maombi ya kujitoa kwelikweli yaani kuomba na kufunga. Huu ndio ukweli na ndio maana Mungu anagiza kila mwamini katika lolote afanyalo aanze na maombi kwani ndani yake iko nguvu isiyo ya kawaida itakayo kusaidia kufanya mambo ambayo wengine hawawezi.

Kama kweli wewe unataka kuwa mwalimu au mchungaji au mwinjilisti au mwimbaji wa kweli mwenye kutumiwa na Mungu kufanya miujiza inayo sababisha nguvu za Mungu mahali utakapo kuwepo na watu wakamwona Mungu basi nitakushauri uwe mwombaji utaona mabadiliko makubwa katika utumishi wako. Kama watu walikuzoea utashangaa wengine wanakukaribia huku wakitetemeka si kwa sababu umegombana nao au umewatisha hapana bali ni nguvu za Mungu zimekuzunguka kila upande wanakuogopa.

Kifupi naweza kusema maombi ni kila kitu kwake aminiye, sishuhudiwi ndani yangu kusema kuna sheria ya muda sahihi wa kutumia katika maombi lakini kwa ufahamu wangu juu ya kumjua Yesu, natambua kuwa Yesu aliwaambia waanafunzi wake aliowaamini na kuenda nao mlimani kuomba kuwa hamkuweza kuomba walau saa moja **Marko14:37** "*Akaja akawakuta wamelala usingizi, akamwambia Petro, Je! Simoni, umelala? Hukuweza kukesha saa moja?*". Setensi hii ya Yesu inaweza kutupa picha kuwa angalau muda wa maombi usipungue saa moja na kuendelea, lakini nionavyo mimi utulivu na umakini ni jambo la mhimu sana kwake aombaye kwa Mungu wake iwe dakika kumi, saa moja au zaidi utulivu na umakini visikosekane kabisa, Naamini ndiyo maana hata makanisa mengine huwataka watu wafumbe macho wakati wa maombi bila shaka ni kwa sababu ya kutaka utulivu tangu ule wa akili zao hata ule wa kiroho. ***Angalizo***. Kwa kusema hivi sijakuambia usiombe maombi ya muda mrefu hapana imekupasa ujue kuwa kiwango cha muda unaotumia katika maombi pia una husika sana katika kuimarisha hali yako ya kiroho, kamwe usipuuze swala la muda katika maombi, ikiwa utasikia msukumo wa kuendeleakuomba endelea kuomba hata kama ni zaidi ya saa moja we omba tu. .

Kwa kweli mfumo ,wazo na jinsi ya kuanza maombi na maneno ya kusema wakati unamwomba Mungu havija andikwa katika katiba kwamba kila mtu afuate hivyo naamini hiyo ni kazi ya Roho Mtakatifu kukupa mpangilio huo sawa na mapenzi ya Baba wa mbinguni wakati huo au siku hiyo kwako, kwani si kila wakati Mungu anataka tumweleze shida zetu, kuna saa anatamani kusikia sifa za kinywa chako kwa hiyo ni muhimu kumsikiliza Roho anataka nini ufanye ndani yako, hata hivyo mistari hii ya **Zaburi100:4** inatupa picha kitu gani tukifanye tunpo mkaribia Mungu, mistari hiyo inasomeka hivi "*Ingieni malangoni mwake kwa kushukuru; Nyuani mwake kwa kusifu; Mshukuruni, lihimidini jina lake;*".

Biblia inasema kuhusu kukaribia malangoni mwa Mungu yaani kusogea katika uwepo wa Mungu, inatushauri tuingie kwa shukrani . Naamini huu ni utaratibu wa kawaida hata katika maisha yetu ya kimwili mtu anapotaka kuomba kitu kwa mtu ambaye ni mmiliki wa kitu hicho mara nyingi huanza kwa kumsifia na akiona amemfurahisha ndipo hueleza haja zake. Binafsi nimeutumia utaratibu huu na nimeona una faida kubwa kwani kuna wakati ambao sijisikii kuomba au maombi ni makavu nikianza kumshukuru Mungu vile nilivyo najikuta nguvu mpya inashuka ndani yangu na kuanza kububujika machozi ya furaha. Naamini hii ni kweli kabisa kiroho iko nguvu mpya inakuja, kumbuka imeandikwa kuwa furaha ya Bwana ndio nguvu zetu (**Nehemia**

8:10"*.....kwa kuwa furaha ya BWANA ni nguvu zenu*"). Mungu anapo furahi juu yako uwe na uhakika kabisa kuwa iko nguvu itakujia. Sambamba na hilo pia inatakiwa kuingia patakatifu pake kwa njia ya toba hii ni kwa sababu **Waebrania10:19** "*Basi, ndugu, kwa kuwa tuna ujasiri wa kupaingia patakatifu kwa damu ya Yesu,*". Mojawapo ya kazi mhimu ya damu ya Yesu ni kututakasa dhambi na pia usisahau kuwa inanena mema juu yetu kwa hiyo kila umkaribiapo Mungu kwa ajili ya maombi kumbuka kuomba toba,

Najua miongoni mwetu wapo watumishi wanaoamini kuwa Yesu alikufa kwa dhambi zetu za jana, sasa na za baadaye kwa hiyo hakuna haja ya toba kwa kuwa tumesamehewa zote, ok ni imani yao lakini naona hapa mtazamo huo haupo sawa. Sababu yangu ya kusema hivyo ni kuwa imeandikwa **Warumi3:25** "*ambaye Mungu amekwisha kumweka awe upatanisho kwa njia ya imani katika damu yake, ili aonyeshe haki yake, kwa sababu ya kuziachilia katika ustahimili wa Mungu dhambi zote zilizotangulia kufanywa*";. Ona anasema dhambi zilizotangulia kufanywa na sio zitakazo fanywa, hii inanipa kujua kuwa mtu anapo mpokea Yesu dhambi zake alizo zifanya zinasamehewa na zinafutwa kabisa. Uasi utakaofanyika baada ya hapo hajasamehewa na ndiyo sababu biblia inatushauri tukaribie kwa toba kusudi tusamehewe uasi tulioufanya tukiwa ndani ya kristo, pasingekuwa na haja ya kuambia "*na kilamwenyematumaini hayahujitakasa*" (**1Yohana3:3**) je hujitakasa na uchafu (dhambi) upi maana alisha samehewa hata makosa yake ya kesho na maisha yake.yaliayo baki hapa duniani.

Ninapoutazama mstari wa **Ufunuo wa Yohana 12:11**hapa pia napata wazo la namna hiyo imeandikwa "*Nao wakamshinda kwa damu ya Mwana-Kondoo, na kwa neno la ushuhuda wao; ambao hawakupenda maisha yao hata kufa*". Hatuna vita kubwa tuliyo nayo zaidi ya vita juu ya uasi yaani dhambi, kwa sababu vita nyingine zote tulizonazo asili yake ni uasi, kama ushindi wetu juu ya adui utategemea damu ya Yesu na lile neno la ushuhuda basi naamini ushindi huu ni juu ya dhambi tuupatao kwa njia ya msamaha wa dhambi.Kama ule msamaha ungekuwa kwa ajili ya dhambi za jana kesho na hata milele basi isingekuwepo sababu ya biblia kutuambia tutashinda kwa damu yake maana tayari kwa kumjua kristo tulisamehewa dhambi zetu hata zile bado hatujazitenda

Nikweli **Daudi** amesema **Zaburi119:11** "*Moyoni mwangu nimeliweka neno lako, Nisije nikakutenda dhambi*". Nikweli ukiwa na neno la kristo dhambi kwako itakuwa historia tu, lakini kufikia hapo ni mchakato mpana sana na unahitji mambo mawili mhimu.

Jambo la kwanza ni kuwa mtii kwa hilo neno vinginevyo halina msaada wowote kwako. Wengi tunajua kuwa hiki na hiki biblia imekataa lakini shida kubwa ni kutii, hayo tumeambiwa tunayatii kiasi gani. Jambo la pili ni kulielewa NENO maana ni rahisi zaidi kulitendea kazi neno ulilo lielewa kuliko lile umeliweka sawa lakini hulielewi.

Hapa kwenye kulielewa neno ndipo huja umhimu wa kuwa na roho wa Mungu akusaidie kulielewa neno lililo ndani yako. Ni jambo lisilo furahisha kuwa pamoja na uwepo wa Roho Mtakatifu bado kiwango chetu cha usikivu ni kidogo sana hili hupelekea tumkosee Mungu, ile kwamba hatukuelewa ndiyo maana tumefanya tulilolifanya hakuondoi kuwa tumefanya kosa ndiyo maana nasisitiza kuwa ni vema kwetu kuwa watu wenye moyo wa toba.

Nataka nikuambie kuwa kuna mambo mengine hayajandikwa katika biblia ambayo haya mfarahishi Mungu wetu japo tunayafanya lakini yeye amenyamaza kimya na kuturehemu tu kama alivyo fanya nyakati zile maana imeandikwa katika **Matendo ya Mitu**me **17:30** kuwa "*Basi, zamani zile za ujinga Mungu alijifanya kama hazioni; bali sasa anawaagiza watu wote wa kila mahali watubu*". Unafahamu Mungu alifanya jambo hata sisi tunafanya. Unakuta mtoto wako amekunyea au kukukojolea wakati umevaa suti yako lakini kamwe haumpigi mtoto bali unaweka suti yako pembeni na kumsafisha mtoto huku ukimbusu kwa furaha, si kwamba umefurahia alicho kifanya hapana bali ni kwa sababu unajua kuwa amefanya hayo kwa kuwa hajielewi ni mtoto. Kwake yeye mtoto anachojua ni kuwa amekufurahisha kumbe sivyo, laiti angejua kuwa amekuudhi asingedhubutu kurudia tena kitendo hicho, lakini yeye hurudia tena mpaka atakapo weza kujitambua. Hivi ndivyo ilivyo kwa Mungu wetu,tunamkosea kwa namna nyingi sana na ndiyo maana anasema **Isaya 43:25** *"Mimi, naam, mimi, ndimi niyafutaye makosa yako kwa ajili yangu mwenyewe, wala sitazikumbuka dhambi zako".* Mimi nakuambia kama Mungu angeamua kutuadhibu sawa na makosa yetu asingepona mtu hata mmoja. Je ni kweli mtoto ajivune kuwa Baba au mama hanipigi kwa vile sijawahi kumkosea na je mtoto asimwambie mzazi wake samahani hata pale anajua kuwa amekosea mzazi wake kwa vile tu baba au mama yake anamsamehe?.

Ukomavu wa mwamini kiroho ni pamoja na uwezo wake wa kutambua dhambi kuongezeka, uwezo wake wa kuchukua dhambi kuongezeka na kuwa na moyo wa toba kwa Baba yake pindi ajuapo amekosa. Ni mtoto njinga na mkaidi anaye weza kugoma kumwomba Baba yake msamaha. Wapendwa ile kujua kuwa Mungu anatusamehe dhambi zetu isiwe sababu ya sisi kuto mwomba Mungu toba, hicho ni kiburi na ukaidi. Ok tufanye uumesamehewa hata makosa yako ya mwakani sawa lakini je inakugharimu nini ukimwomba Mungu toba?. Je Mungu anakufukuza?. Ndugu zanguebu tuwe na moyo wa toba mbele za Mungu.

Muda wangu kwa leo umeishia hapa, nami siwezi kuendelea zaidi ya hapa, damu ya Yesu ikufunike wewe na watu wote wa nyumbani mwako, ninaamini tutakuwa pamoja katika siku inayofuata tunapoendelea kujifunza somo hili na Mungu akubariki wewe na watu wa nyumani mwako wote. Kwa kheriiiii

SIKU YA TATU

Somo la tatu: Tunafanya maombi ili tusingie majaribuni.

Nalibariki jina lako, Mungu wetu, kwa ajili ya wakati mwingine uliotupa wa kujifunza siri zako. Tunakuomba utupe neema ya kuelewa kile unachotufundisha katika siku yetu hii ya tatu ya semina katika jina la Yesu tunaomba. Kila roho iliyo hai inapaswa kusema Amina.

Leo ni siku ya tatu tangu tumeanza semina hii inayokujia kwa njia ya maandishi, na leo nataka tuangalie sababu mojawapo itakayo kuwa sehemu ya jibu la swali letu lisemalo **Kwa nini tunaomba**?. Sababu zingine tutaziona baadaye katika semina hii. Roho wa Mungu awe nasi sote tunapo itazama sababu hii, usisahau kukaa mahali palipo tulivu na Biblia yako pembeni ili upata kusoma na kutafakari kwa upana wake upate kuijua siri hii.

Kulingana na mstari wa **Luka 22:40** "*Alipofika mahali pale aliwaambia, Ombeni kwamba msiingie majaribuni*". Lengo moja wapo la Mungu kulitaka kanisa lidumu katika maombi ni kukusaidia au kulisaidia kanisa lisije likaingia majaribuni. Kwa sentesi hii ni wazi kuwa ndani ya maombi iko nguvu ya kumsaidia mwamini kumlinda na majaribu ya Shetani, unapokosa kuomba unajiondolea mwenyewe ukuta wa kukulinda na majeshi ya pepo wabaya. Yesu mwenyewe amekuwa kielelezo juu ya Jambo hili yeye alidumu akiomba nyakati zote

Mathayo 26:37-44 *"Akamchukua Petro na wale wana wawili wa Zebedayo, akaanza kuhuzunika na kusononeka. Ndipo akawaambia, Roho yangu ina huzuni nyingi kiasi cha kufa; kaeni hapa, mkeshe pamoja nami. Akaendelea mbele kidogo, akaanguka kifulifuli, akaomba, akisema, Baba yangu, ikiwezekana, kikombe hiki kiniepuke; walakini si kama nitakavyo mimi, bali kama utakavyo wewe. Akawajia wale wanafunzi, akawakuta wamelala, akamwambia Petro, Je! Hamkuweza kukesha pamoja nami hata saa moja? Kesheni, mwombe, msije mkaingia majaribuni; roho i radhi, lakini mwili ni dhaifu. Akaenda tena mara ya pili, akaomba, akisema, Baba yangu, ikiwa haiwezekani kikombe hiki kiniepuke nisipokunywa, mapenzi yako yatimizwe. Akaja tena, akawakuta wamelala; maana macho yao yamekuwa mazito. Akawaacha tena, akaenda, akaomba mara ya tatu, akisema maneno yale yale."*

Inategemea unaomba kwa ajili ya nini kwa sababu kama unafanya maombi kwa ajili ya kuhakikisha ulinzi wa Mungu juu yako huwezi kuacha kuomba kwa kuwa majaribu yapo siku zote za maisha yako, sasa wewe unasemaje umechoka kuomba unategemea nini ?. Je inawezekana kweli ukaacha kwenda kazini kwa vile umechoka?. Si rahisi kwa sababu ukifanya hivyo uwe na uhakika njaa itkuua, wengi sana tunajua hili la njaa ndiyo maana hata kama tumechoka sana hatuachi kwenda kazini ili njaa isije ikatutawala, kwa nini basi unachoka kuomba huku unajua majaribu bado yapo ?.

Ni kweli kabisa umeomba msaada wapendwa wakuombee hili ni jema na linakubarika mbele za Mungu lakini haina maana wewe usiombe uwategemee wao hapana ni lazima uombe wao umewaalika tu kukusaidia, unawezaje basi kuwaachia kazi iliyo kuwa yako ili wao waifanye, kumbuka Ezra aliambiwa maneno haya: **Ezra10:4** *"Inuka; maana shughuli hii yakuhusu wewe; na sisi tu pamoja nawee uwe na moyo mkuu, ukaitende".*

Pia katika mstari wa mathayo hapo juu tunajifunza kuwa ili maombi yafanyike msaada kwako ili yakusaidie usingie majaribuni au uvuke jaribu lililo mbele yako inahitajika wewe uombe hata kama wengine watanyamaza hii ni kwa sababu jaribu linakuhusu wewe ni mhimu ukazidi kuomba kwa sababu lengo la jaribu hilo ni kuangamiza roho yako binafsi na pia Shetani huutumia mwili wako kuwa kikwazo kwako kupigana kwa njia ya maombi. Kwa kuwa adui anajua kuwa kuna nguvu ndani ya maombi kwa kweli atapambana hata na wale wanao kuombea.

Jambo lingine mhimu ni kuwa unapo alika watu kukusaidia kuomba ghafla ukagundua hawakusaidii kuomba usiwakasirikie hao, wewe endelea kuomba mwenyewe kwani Mungu atakusikia wewe binafsi kama vile alivyo msikia mwanawe akamtuma malaika kumtia nguvu. **Luka22:43-46** "*Malaika kutoka mbinguni akamtokea akamtia nguvu. Naye kwa vile alivyokuwa katika dhiki, akazidi sana kuomba; hari yake ikawa kama matone ya damu yakidondoka nchini. Akawaambia, Mbona mmelala usingizi? Ondokeni, mkaombe, msije mkaingia majaribuni".*

Kumbuka kuwa unapoanza kugombana na uliowalika kukusaidia kuomba unaingia kwenye mtego wa adui kwa maana maandiko yanatuambia msinung'unikiane ninyi kwaninyi, pia usisahau kuwa palipo na ugomvi Roho wa Mungu hakai hapo kwa hiyo utajikuta unapigana vita bila msaada wa Mungu na usitegemee kushinda hiyo vita Mungu asipokuwa upande wako. Ndiyo maana Yesu hakuhangaika na alio waalika wamsaidie kuomba kwa sababu alijua kuwa huu ni mtego.

Nakushauri kwa usalama wako inuka ufanye maombi, anza leo na si kesho kusudi usingie majaribuni acha UVIVU omba itakusaidia sana.

Hebu tujifunze pamoja juu ya madhara ya kuwa mvivu katika kufanya maombi haya ya kukusaidia usingie majaribuni au maombi ya kukuwekea ulinzi. Ukisoma **2 Samweli11:1-2** "*Hata ikawa, mwanzo wa mwaka mpya, wakati watokapo wafalme kwenda vitani, Daudi* *akampeleka Yoabu, na watumishi wake pamoja naye, na Israeli wote; wakawaangamiza wana wa Amoni, wakauhusuru Raba. Lakini Daudi mwenyewe akakaa Yerusalemu. Ikawa wakati wa jioni, Daudi akaondoka kitandani, akatembea juu ya dari ya jumba la mfalme; na alipokuwa juu ya dari aliona mwanamke anaoga; naye huyo mwanamke alikuwa mzuri sana, wa kupendeza macho*". Ilipofika saa ya kwenda vitani kama ilivyo kawaida ya wafalme nyakati zile Daudi yeye hakuenda vitani bali alituma mwakilishi wake amwakilishe huko. Si kwamba Daudi alikuwa mgonjwa au ana majukumu ya kiofisi hapana bali uvivu tuu ulimsumbua akakaa nyumbani bila kazi na mstari unaofuta unatuambia kuwa Shetani alimpa kazi ya kufanya, tunawona akitembea katika paa la jumba la kifalme, huko akamwona mkewa Uria, sasa unajua kilicho tokea au endelea kusoma hiyo sura na ile inayofuata utapata kujua zaidi.

Tungekuwa tunaongea kwa lugha ya angano jipya tungesema Daudi aligoma kufanya maombi maana katika agano jipya vita mara nyingi hutafsiriwa kama maombi, hebu angalia mistari hii ifuatayo **2 Wakorintho10:3-5** "*Maana ingawa tunaenenda katika mwili, hatufanyi vita kwa jinsi ya mwili; (maana silaha za vita vyetu si za mwili, bali zina uwezo katika Mungu hata kuangusha ngome;) tukiangusha mawazo na kila kitu kilichoinuka, kijiinuacho juu ya elimu ya Mungu; na tukiteka nyara kila fikira ipate kumtii Kristo;*" Kwa hiyo vita ni maombi na usisahau kuwa yaliandikwa kwa jinsi ya mifano ili sisi tujifunze. Matokeo yake Shetani alimpa Daudi kazi ya kufanya akampeleka juu ya paa la jumba la kifalme akamwona mkewe Uria.

Hili ni tatizo kwa wakristo wengi, wenzako wanaenda vitani (wanaingia katika maombi), wewe ndio unapata muda wa kuangalia tanthilia kwa TV yako, kanisani kwako umetangaziwa maombi ya kufunga wewe ndio unapanga kwenda kuwasalimia rafiki zako, haah! kwa nini usipewe kazi na Shetani?. acha uvivu. Madhara aliyoyapata Daudi ni makubwa sana kutokana na jambo hili ambalo chanzo chake ni uvivu. Angalia:

Namba moja

Daudi alitumbukia kwenye uzinzi na mke wa mtu

2 Samweli 11:4 "*Basi Daudi akapeleka wajumbe, akamtwaa; naye akaingia kwake; naye akalala naye; (maana yule mwanamke amekwisha kutakasika unajisi wake); kisha akarudi nyumbani kwake*"

Namba mbili

Upanga uliingia nyumbani mwa Daudi

2 Samweli 12:10 "*Basi, sasa upanga hautaondoka nyumbani mwako, kwa sa babu umenidharau, ukamtwaa mkewe Uria, Mhiti, kuwa mke wako*".

Namba tatu

Daudi alimwaga Damu ya Uria isiyo na hatia yoyote

2 Samweli 12:9 "*Kwa nini umelidharau neno la BWANA, na kufanya yaliyo mabaya machoni pake? Umempiga Uria, Mhiti, kwa upanga, nawe umemtwaa mkewe awe mke wako, nawe umemwua huyo kwa upanga wa wana wa Amoni*".

Namba nne

Daudi aliwapa nafasi maadui wa Mungu kuingia katika taifa na familia yake Daudi

2 Samweli 12:9,14 "*Kwa nini umelidharau neno la BWANA, na kufanya yaliyo mabaya machoni pake? Umempiga Uria, Mhiti, kwa upanga, nawe umemtwaa mkewe awe mke wako, nawe umemwua huyo kwa upanga wa wana wa Amoni. LakiniLakini, kwa kuwa kwa tendo hili umewapa adui za BWANA nafasi kubwa ya kukufuru, mtoto atakayezaliwa kwako hakika yake atakufa*"

Namba tano

Daudi alisababisha wake zake kudhalilishwa na jirani yake

2 Samweli 12:9,11 "*kwa nini umelidharau neno la BWANA, na kufanya yaliyo mabaya machoni pake? Umempiga Uria, Mhiti, kwa upanga, nawe umemtwaa mkewe awe mke wako, nawe umemwua huyo kwa upanga wa wana wa Amoni BWANA asema hivi, Angalia, nitakuondokeshea uovu katika nyumba yako, nami nitawatwaa wake* *zako mbele ya macho yako, na kumpa jirani yako, naye atalala na wake zako mbele ya jua hili".*

Namba sita

Daudi alisababisha Damu ya kichanga kumwagwa isiyo na hatia.

2 Samweli 12:14 *"Lakini, kwa kuwa kwa tendo hili umewapa adui za BWANA nafasi kubwa ya kukufuru, mtoto atakayezaliwa kwako hakika yake atakufa".*

Namba saba

Daudi alijikuta anaingia gharama ya kuingia katika maombi ya kufunga bila sababu za msingi

2Samweli 12:16"*Basi Daudi akamwomba Mungu kwa ajili ya mtoto; Daudi akafunga, akaingia, akalala usiku kucha chini".*

Namba nane

Uhusiano wake Daudi na Mungu wake uliharibika vibaya na ilimchukua Daudi muda mrefu sana kurudisha ule uhusiano wake na Mungu kuwa mzuri.

Kwa nini uingie gharama zote hizi kwa sababu ya uvivu wa kuomba wakati ungeweza kuzuia mabaya yote ambayo adui anakuwazia kwa njia ya maombi. Anza kuomba. Hebu jiulize ni kwa namna gani huo uvivu wako umesababisha kanisa la Mungu kupigwa na adui, jiulize mwenywe nini mchango wako katika maisha ya wanao au mmeo au mkeo yaliyo haribika vibaya umevipigaje vita wewe kama kuhani wa Mungu kuhakikisha hayatokei mabaya yaliyo tokea, kama mfalme unaye miliki katika Kristo Yesu ni kwa jinsi gani umelilinda eneo ulilopewa na Mungu uwe mmliki katika ulimwengu wa roho ni kwa namna gani ulihakikisha halitekwi na adui na kulinda watoto wako?, sasa umebaki unalalamika tu ooh mara wanao hawakuheshimu mara mmeo anasumbua sana, rudi kwa Yesu omba rehema kisha anza kazi ni nani ajuaye kuwa Mungu hatakurehemu na kuvirudisha vyote vilivyo liwa na Nzinge?.

Mwangalie pia Yona, ambaye habari zake tunazipata katika **Yona1:3** *"Lakini Yona akaondoka akimbilie Tarshishi, apate kujiepusha* *na uso wa BWANA; akatelemka hata Yafa, akaona merikebu inayokwenda Tarshishi; basi, akatoa nauli, akapanda merikebuni, aende pamoja nao Tarshishi, ajiepushe na uso wa BWANA".* Huyu jamaa alipewa agizo na Mungu la kiutumishi lakini kwa sababu ya mazingira ya mji ule wa Ninawi, Yona aliogopa sana sijaua kwa nini aliogopa sana, lakini kama yeye mwenyewe asemvyo kuwa nilijua u mwingi wa rehema (**Yona 4:2**),. Yona kwa kujuakuwaMungu aweza kughairi asiuangamie Ninawi pengine hili ndilo alilo liogopa la kuitwa nabii wa uongo au aliogopa kufa kumbuka nyakati zile hazikuwa kama nyakati zetu, nyakati zile kama nabii akitabiri uongo hukumu yake ni moja tu nayo ni kupigwa mawe mpaka kufa. Naamini hili ndilo liligeuka kuwa jaribu kwake kwamba aitii sauti ya Mungu aende Ninawi au asiende, Yona alichagua kuupuuza wito ule na kuenda anakoona yeye ni vema badala ya kuingia katika maombi kusihi mwongozo wa Mungu ili avuke lile jaribu yeye akamua kuupuuza. Matokeo yake akajikuta ndani ya tumbo la samaki.

Unajua kuna wakati mwingine wito wako unaweza kukufikisha mahali pa kuchagua uendelee kumtumikia Mungu au uache maana ukiiangalia mazingira yalivyo unakuta hakuna njia kabisa ya wewe kuwa salama pengine kiafya au kiuchumi unafanyeje hapo. Amini neno hili ni jambo rahisi sana kuchukua maamuzi kama ya Yona ukaamua kuaza biashara zako mwenyewe si unamtaji bwana!. Lakini ujue kuwa si swala la mtaji tu, unahitaji msaada Mungu pia akuongoze katika biashara hiyo, angalia usije kushangaaa uko ndani ya tumbo la samaki unajaribu kwenda kushoto unakutana na ukuta wa tumbo la samaki, mbele yako au nyuma yako unakuta hakuna njia ya kutoka kila upande ni ukuta wa samaki kwa sababu halikuwa swala la mtaji kuwa nao kuna mengi zaidi ya hayo ulio nayo. Acha kiburi omba mwongozo wa Mungu kwanza. Wengi wetu tunapofika mahali pa kuwa katika tumbo la samaki ndipo tunakumbuka kumlilia Mungu atutoe humo tukanze upya. Swali lakini ni kwa nini tufike huko?. Wakati tungeweza kuomba mapema na tukapona tusifike huko. Je wajua ni hasara gani ya muda umeipoteza kwa kurudi kwenda kuanza upya ikiwa Mungu ataridhia kukutoa katika tumbo la samaki na kukupa neema ya kuanza upya.

Maombi yatakusaidia sana uyaepuke haya jifunze kuomba ziko faida nyingi mno kwa ajili yako.

Biblia inasema nyakati watokapo Wafalme kwenda vitani inamaana haikiwa kila wakati bali vipimdi flani walitoka kwenda vitani, nataka ujue ya kuwa kuna nyakati zimeamuriwa ambazo majaribu huja kukujaribu, ndiyo maana tunasoma katika**Waefeso 6:13**kuwa "*Kwa sababu hiyo twaeni silaha zote za Mungu, mpate kuweza kushindana **siku ya uovu**, na mkiisha kuyatimiza yote, kusimama.*Angalie lile neno "siku ya uovu" ina maana kuwa kuna siku,majira na nyakati ambazo mwamini anakuwa katika vita inayo sababishwa na mwovu.

Hizo nyakati hupaswi kuahiirisha, hupaswi kutumia wawakilishi nilazima wewe mwenyewe uende vitani kupigana na adui yako. Ziko faida za wewe kushiriki mojawapo ni kuwaunapata uzoefu wa kuvipiga vita na pia utapata kujua jinsi Roho matakatifu anavyoongoza mtu katika kuvipiga vita. Sijajua kama umewahi kujiuliza kwa nini Yesu aliongozwa kwenda nyikani kujaribiwa, unafikiri kwa nini hakuahirisha kwenda nyikani tafakari hili jambo itakusaidia. Bado hujaekewa!, ngoja nijribu hii jiulize kwa nini wacheza mpira wanalalamika Ikiwa atakuwa anasugua benchi muda wotewakati amesajiliwa tayari na anapata mshahara,unajiuliza analalamika nini, kitu gani anakitafuta yeye kuingia uwanjani?. Sikia analinda kiwago chake cha soka kisichuke. Akiwa uwanjani anapata uzoefu ikiwemo kujifunza nidhamu ya mchezo, kuzijua sheria za mchezo na mengine mengi.

Najua unaswali najuaje?. Jambo la kufurahisha ni kuwa tumepewa Roho Mtakatifu awe msaada wetu katika mambo ambayo ufahamu wetu hatuwezi kupambanua au kuyajua ikiwa ni pamoja na hili la kutambua nyakati za mateso au majaribu **Marko 13:11** "*Na watakapowachukua ninyi, na kuwasaliti, msitafakari kwanza mtakayosema, lakini lo lote mtakalopewa saa ile, lisemeni; kwa maana* *si ninyi msemao, bali ni Roho Mtakatifu".* Linalo kupasa wewe ni kuchukua hatua ya kusogea mbele za Mungu kuomba si lazima ujue unaenda kuomba nini Roho Mtakatifu yupo hapo nawe kukusaidia kuomba atakupa saa hiyo mambo ya kuomba kama ni kwa ajili ya kuomba usingie majaribuni atakuambia tu.

Nataka niombe sasa, tafadhali kaa mahali ulipo kwa utulivu huku ukiinua macho yako kwa Yesu, ikiwa unaweza kupiga magoti tafadhali usisite kufanya hivyo. Tuombe. Mungu Baba ninakushukuru kwa ajili ya ndugu huyu, asante kwa kumruhusu ajifunze somo hili. Ee Bwana, ninamsogeza mikononi mwako, ninakuomba umpe hitaji la moyo wake kulingana na imani aliyo wekeza juu ya hitaji lake kwako. Katika jina la Yesu na iwe hivyo kwako, Amina. usisahau somo hili linaendelea tena hapo kesho usikose kuhuudhuria na mkariishe jirani yako.

SIKU YA NNE

Somo la nne: Uhusiano wa maombi yako na kuachiliwa kwa nguvu za Mungu juu ya eneo unaloliombea.

Kabla sijaleta somo la siku ya leo, nataka nimshukuru Mungu. Tuombe. Baba yangu wa Mbingu ni saa nyingine ya kusikia neno lako, asante kwa muda huu mzuri hakika ni kwa neema tuu tupo hapa asante nami nakusihi umtume Roho Mtakatifu utufundishe na kutusaidia kuelewa tunachojifunza kwa kuwa wewe ni mwalimu mzuri. asante kwa utayari wako eeh Roho Mtakatifu kutufundisha nasi tuko tayari kupokea, Amina

Bwana Yesu asifiwe!. Katika sura hii nataka tutazame sababu nyingine juu swali hili kwanini tunamwomba Mungu?. Fungua Biblia yako kitabu cha **Ufunuo wa Yohana 8:3-5** naamini umepata nami nakutangulia kusoma, imeandikwa *"Na malaika mwingine akaja akasimama mbele ya madhabahu, mwenye chetezo cha dhahabu, akapewa uvumba mwingi, ili autie pamoja na maombi ya watakatifu wote juu ya madhabahu ya dhahabu, iliyo mbele ya kiti cha enzi. Na moshi wa ule uvumba ukapanda mbele za Mungu pamoja na maombi ya watakatifu, kutoka mkononi mwa malaika. Na huyo malaika akakitwaa kile chetezo, akakijaza moto wa madhabahu, akautupa juu ya nchi, kukawa radi na sauti na umeme na tetemeko la nchi".*

Hii ni habari nyingine ya kushangaza kuhusu maombi, Mungu alimjaria mtume Yohana kuona baadhi ya mambo yanayoendelea huko mbinguni ikiwamo hili la kazi moja wapo ya maombi ya watakatifu wa Mungu. Biblia inasema malaika akatwaa chetezo na uvumba akachanganya na maombi ya watakatifu kisha akaweka na kaa la moto toka madhabahu ya mbinguni, ule mchanganyiko ulipo ungua akaumimina juu ya nchi na ndipo kukawa na ngurumo, radi na tetemeko kuu juu ya nchi. Angalia hapa umuhimu wa maombi katika kusababisha nguvu hii iliyo leta ngurumo, radi na tetemeko juu ya nchi, ni wazi kuwa maombi yetu watakatifu tuombayo hayabaki tu kuwa maelezo ya mahitaji au kuwa maneno ya sifa tu kwa Mungu bali yana kitu cha ziada ndani yake ambacho sisi hatukioni kwa urahisi.

Fikiri kuwa maombi yako ndiyo yamehusika katika mchanganyiko huo na kusababisha tetemeko kutokea inakuwaje kwako mtoa maombi. Ok Nitakuambia ni hivi, Baba Mbinguni atakufurahia sana na usisahau hili ya kuwa furaha ya Bwana ndio nguvu zetu usisahau hilo. Naamini kuwa hilo tetemeko litashuka juu ya eneo unaloombea ili Mungu afanye kitu. Napata wazo hili nikitazama mstari huu **1 Timotheo 2:1** "*Basi, kabla ya mambo yote, nataka dua, na sala, na maombezi, na shukrani, zifanyike kwa ajili ya watu wote;*" Kama Mungu anataka kwanza maombi kabla hakijafanyika chochote kwa mtu au mahali basi maombi yanayo takiwa hapo yana husika katika kukamilisha majibu ya maombi yanayo tarajiwa hapo vingjnevyo yansingehitajika na kupewa umhimu namna hii lazima yawepo. Sijasema kuwa kama hakuna maombi Mungu hawezi kumfanya hapana bila shaka anaweza kwa kuwa yeye ni mwenye uweza mkuu lakini ukiangalia kwa ukaribu ni kuwa Mungu amejiwekea utaratibu huo wa maombi ya watakatifu wake kuwepo, kwa nini basi wewe hutaki kufuata huo utaratibu wa kufanya maombi ili Mungu ashughulike na mambo ambayo hayaja kaa sawa na badala yake unataka kumlazimisha Mungu akupe au aingilie kati bila wewe kuomba?. Usisahau kuwa kusudi la Mungu ndilo litasimama na sio mtazamo wako. Hivyo kusudi la Mungu la kutaka maombi yawepo ndilo litasimama bali lile kusudi lako la kumlazimisha Mungu aingilie kati mahitaji yako bila wewe kuomba halitasimama litaanguka tu. Hebu fikiria jinsi uweza wa Mungu ulivyo mkuu sana na jinsi ulivyo wa ajabu sana, fikiria kuwa hizo nguvu zake Mungu zishuke mahali unaombea itakuwaje. Ni lazima uwe na uhakika kila kitu eneo hilo kitatikiswa, vifungo vitaachia, mapepo lazima yataondoka eneo hilo, nakuambia hakuna cha mchawi wala magonjwa vyote huondoka, maana hakuna namna tena vinawezaje kusalimika? Ikiwa Mungu ameachilia uweza wake.

Kuna wakati ambao unatakiwa kuomba huku ukilenga jambo moja mhimu ambalo unataka Mungu aonekane na Mungu anasubiria maombi yako yajae chetezo kwa ajili ya jambo unalo liombea. Ngoja tutazame kisa hiki cha**Matendo ya Mitume 12:5** "*Basi Petro akalindwa gerezani, nalo kanisa likamwomba Mungu kwa juhudi kwa ajili yake.*" Mstari wa kwanza wa sura hii ya Matendo ya mitume 12 unaonyesha kuwa mfalme alikusudia kulitenda kanisa mabaya na alitimiza haja yake hiyo kwa kuanza kuumuna Yakobo, pamoja na hayo yote huoni kanisa likiinuka na kuomba kwa ajili ya mabaya ambayo mfalme amekusudia juu ya kanisa. Mfalme alipoona kifo cha Yakobo kimempa umaarufu kisiasa maana aliwafurahisha wayahudi akamkamata na Petro kwa lengo lilelile la kumua baada ya pasaka. Ndipo kanisa likashituka na kuanza maombi, maombi haya hayakuwa ya jumla hapana angalia lile neno " *kwa ajili ya petro*" haya maneno yanatupa kujua kuwa yale maombi yalikuwa maalumu au yanalenga kumwokoa Petro na mkono wa mfalme asiuawe na Mungu akasikia kuomba kwao akamponya Petro na kifo kilichopo mbele yake. Ninani ajuaye kama kanisa lingechukua uamuzi kama huu kwa ajili ya Yakobo Mungu asinge mwokoa Yakobo na kifo?. Kwa nini kanisa halikuomba tangu mwanzo wa nia ya mfalme kuwa wazo lake mfalme lisifanikiwe?. Kuna uhusiano mkubwa sana juu ya Mungu kuingilia kati matatizo yetu na maombi tuyaombayo.

Angalia Kisa hiki pia. **2 Samweli 21:1** "*Kulikuwa na njaa katika siku za Daudi miaka mitatu, mwaka baada ya mwaka; naye Daudi akautafuta uso wa BWANA. Bwana akasema, Ni kwa ajili ya Sauli, na nyumba yake ya damu, kwa sababu aliwaua Wagibeoni*". Angalia miaka mitatu ya njaa sio habari njema kabisa, fikiria ikitoea njaa katika jamii yetu muda wa miezi mitatu tu ya njaa jamii inakuwa katika hali mbaya na tunaomba msaada kila mahali na kila mtu kwa upande wake analia kwa Mungu atuepushe na njaa na kwa kweli hiyo miezi mitatu tu tayari tunakuwa tumeomba na tumetaja karibu kila aina ya sifa aliyo nayo Mungu, lakini hawa wenzetu miaka mitatu. Fikiria jinsi walivyokuwa wakilia sana mbele za Mungu.

Sijui waliombaje hawa ndugu lakini inaonyesha kwamba Daudi alibadili mfumo wake wa kuomba, aliomba tofauti na waombaji wengine katika nchi ile kwa sababu inaonekana kwamba Daudi hakuomba chakula lakini alitaka kujua kwanini kuna njaa na labda yeye pia alitaka kujua nini kifanyike ili kumaliza tatizo la njaa katika nchi yake. Jibu la Mungu kwenda kwa Daudi ndilo linanipa kufahamu kile Daudi alikuwa ameomba kwa Mungu kuwa hakikiwa chakula kwa sababu jibu la Mungu kwenda kwa Daudi halikuwa ahadi ya chakula au mvua kunyesha lakini badala yake alimpa sababu ya njaa kuwepo na njia ya kukabiliana nayo. Inashangaza kwamba mara tu mfalme alipoingia katika maombi na kutimiza kile alichotakiwa kufanya, mvua ilinyesha masaa machache badaye.

Swali la msingi hapa ni hili kwa nini Mungu alinyamaza ile miaka mitatu asilete mvua, si kwamba kulikuwa na shida katika mznguko wa dunia (Hali ya hewani) hapana maana baada ya maombi ilinyesha muda huohuo. Sikia usifikiri miaka ile mitatu walikuwa hawaombi ,waliomba lakini maombi yao hayakulenga kwenye tatizo husika na kufanya chetezo husika kijae mpaka pale Daudi alipoomba na kujaza chetezo ghafla malailka akatwa uvumba na kaa la moto wa madhabahu akachanganya pamoja na kumimina ule mchanganyiko juu ya aridhi ya Israel, kufumba na kufumba lilitokea tetemeko katika ulimwengu wa kiroho, radi na ngurumo ikasikika huko. Wakashangaa mvua inanyesha lakini wengi hawakujua siri ya ile mvua.

Ushuhuda.

Kuna wakati tulikuwa katika maombi mazito mahali, dada mmoja miongoni mwa waombaji akatwaambia kuwa ameonyeshwa kigae kikitolewa motoni nacho ni cha moto kiasi kwamba kimekuwa chekundu. Akasema mara akaona tone la maji likadodonkea juu ya kigae kile. Kufumba na kufumba anasema hajui lile tone lilivyopotea na hakukuwa na dalili yoyote ya mvuke kupaa wala mahali pake lile tone hapakuonekana. Ndipo akaulizwa unaelewa haya akajibu sielewi ndipo akapewa asome Ufunuo 8:3-5. Baada ya kusoma ndipo alipo ambiwa kuwa kile kigae ni moto wa madhabahuni pangu na lile tone ni maombi yako ambayo ni kidogo mmo kiasi kwamba hayawezi kumfanya mchanganyiko wowote. Akaambiwa zidi kuomba maombi sahihi kwa muda sahihi.

Nimalize somo la leo kwa kukutia moyo na kukushauri kuwa hebu badili mtazamo wako juu ya maombi kwani maombi yana vitu vingi vyenye faida kwako ambavyo vingine hatuvijui kabisa. Mkumbuke Yabesi (**1 Mambo ya Nyakati 4:9-10**) maombi yalibadili hali yake ya uchumi ambayo ilikuwa mbaya kwa kipindi kirefu lakini alipo mlingana Mungu wake kwa njia ya maombi Mungu akabadili maisha yake kabisa. Anaweza hata kwako anza sasa kuomba maombi sahihi na kwa muda sahihi.

Haleluya, hebu sasa tupate walau lisaa tumlilie Mungu wetu juu ya mahitaji yetu. Kumbuka Mungu yuko nawe hivi sasa hapo ulipo yawezekana unasoma kitabu hiki ukiwa ofisini kwako, au shuleni au mahali pengine kwenye gari. Jua ya kuwa Mungu yuko pamoja nawe, kwa kuwa Mungu hayuko mbali na kila mmoja wetu, kwa hivyo mwambie hitaji lako ana kusikia sasa. imani yako kwake itakusaidia kumwona Mungu katika maombi yako na mimi nitaungana nawe kwa imani katika kuomba juu ya shida yako, ikiwa ni shida ya ugonjwa, ikiwa ni ukosefu wa amani moyoni mwako, iwe ni ukosefu wa ajira au unataka Mungu akusaidie kuacha tabia ambayo inakufanya umkosee Mungu, Roho wa Bwana atatusaidia kuomba kwa sababu ni kazi yake kutusaidia kuomba ipasavyo. unaweza kusimama au kupiga magoti au kukaa chini kutegemeana na mazingira ya mahali ulipo muda huu na uombe kuna muujiza kwako nauona unakujia. Tuombe..............

SIKUYATANO.

Somo la tano: Uhusiano wa maombi tuombayo na ibaada

Mpendwa katika jina la Yesu namwomba Mungu tena atujalie Roho Mtakatifu awe nasi tena katika sura hii atujalie mimi nawe kuzidi kuelewa siri hii ya ajabu juu ya maombi tuombayo mbele zake. Siku ya leo nataka tujifunze juu ya uhusiano wa maombi yetu na ibaada takatifu sana inayoendelea kule mbinguni kwa Baba yetu na hii itakuwa sababu yetu nyingine inayotufanya tuombe na itakuwa ni kipengele kimojawapo mhimu katika kujibu swali letu linaloliza *Kwa nini tunamwomba Mungu?*.

Biblia inatuambia ya kuwa ile hema ya kukutania aliyo ijenga Musa kwa agizo la Bwana mfumo wake wa ibàada na vitu vilivyo kuwemo ndani yake ilikuwa ni picha (kivuli) ya hali halisi ya madhabahu ya mbinguni. **Waebrania 8:5**"*watumikiao mfano na kivuli cha mambo ya mbinguni, kama Musa alivyoagizwa na Mungu, alipokuwa tayari kuifanya ile hema; maana asema, Angalia ukavifanye vitu vyote kwa mfano ule ulioonyeshwa katika mlima*". Musa alipoisimisha ile hema alifuata ramani aliyoiona au tunaweza kusema alikuwa na ramani kichwani mwake ya jinsi hema inatakiwa kuwa na kila mjenzi alitakiwa kuifuta ile ramani ya Musa.

Katika agano jipya tunaambiwa ya kuwa miili yetu ni hekalu la Mungu (**1 Wakorintho 6:19** "*Au hamjui ya kuwa mwili wenu ni* *hekalu la Roho Mtakatifu aliye ndani yenu, mliyepewa na Mungu? Wala ninyi si mali yenu wenyewe;".*) Maana yake ndani yetu kuna madhabahu ya Mungu wetu kwa kuwa anakaa ndani yetu nasi tumekuwa hekalu kwa hiyo ile huduma iliyo hitaji manukato hata sasa inahitajika kwa sababu hekalu lazima liwe safi na lenye harufu ya kupendeza, hii ndiyo sababu tumeambiwa katika **1 Wakorintho 3:17** "*ama mtu akiliharibu hekalu la Mungu, Mungu atamharibu mtu huyo. Kwa maana hekalu la Mungu ni takatifu, ambalo ndilo ninyi".*

Ukitaka kuanzisha ugomvi na Mungu basi wewe jaribu kuharibu makazi yake, nakuambia kitendo cha kuchafua au kutotunza hekalu lake ni sawa na kumfungia Mungu ngumi upate kupigana naye, hakika huwezi kubaki salama na ujue huwezi shinda hiyo vita. Ndugu zetu wa kipindi cha Hagai walijaribu kufanya hivyo na matokeo yake ni kwamba walijikuta katika hali mbaya sana ya kiuchumi na pia naamini hali yao ya kiroho ilikuwa mbaya. Watu hawa wakawa wanalia kwa ajili ya hali ile wasijue sababu, Mungu aliamua kuwasadia wajue sababu ni nini kupitia kwa nabii Hagai anasema

Hagai 1:2-11 "*BWANA wa majeshi asema hivi, ya kwamba, Watu hawa husema, Huu sio wakati utupasao kuja, huu sio wakati wa kujenga nyumba ya BWANA. Ndipo neno la BWANA lilikuja kwa kinywa cha nabii Hagai, kusema, je! Huu ndio wakati wa ninyi kukaa katika nyumba zenye mapambo ya mbao, iwapo nyumba hii inakaa hali ya kuharibika? Basi sasa, BWANA wa majeshi asema hivi, Zitafakarini njia zenu Mmepanda mbegu nyingi mkavuna kidogo; mnakula lakini hamshibi; mnakunywa lakini hamkujazwa na vinywaji; mnajivika nguo lakini hapana aonaye moto; na yeye apataye mshahara apata mshahara ili kuutia katika mfuko uliotoboka-toboka. BWANA wa majeshi asema hivi, Zitafakarini njia zenu. Pandeni milimani, mkalete miti, mkaijenge nyumba; nami nitaifurahia, nami nitatukuzwa, asema BWANA. Mlitazamia vingi, kumbe vikatokea vichache; tena mlipovileta nyumbani nikavipeperusha. Ni kwa sababu gani? Asema BWANA wa majeshi. Ni kwa sababu ya nyumba yangu inayokaa hali ya kuharibika,* *wakati ambapo ninyi mnakimbilia kila mtu nyumbani kwake. Basi, kwa ajili yenu mbingu zimezuiliwa zisitoe umande, nayo nchi imezuiliwa isitoe matunda yake. Nami nikaita wakati wa joto uje juu ya nchi, na juu ya milima, na juu ya nafaka, na juu ya divai mpya, na juu ya mafuta, na juu ya kila kitu itoacho nchi, na juu ya wanadamu, na juu ya wanyama, na juu ya kazi zote za mikono".*

Unaona hilo?. Ugomvi wao haukuwa kati ya shetani na wao bali Mungu na wao, sijui ungekuwa miongoni mwao watu wale ungeombaje pengine ungekemea ile hali lakini naamini ingebaki vilevile. Jihadhali sana ulitunze hekalu lake ambalo ni mwili wako usiuchezee una dhamani sana huo kwa Mungu ndiyo maana anahangaikia sana kwa kuutunza na kuupa mahitaji yake bure kama maji, hewa na mengine mengi. Maombi ni mojawapo ya mambo yatakayo kusaidia kulitunza hekalu hili ambalo ni mwili wako, kwa sababu kwa njia ya kumkaribia Mungu kila wakati tunatakaswa miili yetu. Kwa hiyo miili yetu inakuwa safi bila mawaa mble za Mungu.

Biblia inaongeza neno zito lenye wajibu kuwa sisi tulioamini ni makuhani (**Ufunuo wa Yohana 5:10.** "*Ukawafanya kuwa ufalme na makuhani kwa Mungu wetu; nao wanamiliki juu ya nchi.*") Kwa hiyo kila mmoja wetu anapaswa kuvukiza uvumba na manukato sasa najua una swali ndani yako unauliza kuwa nitavukiza nini au nitatoa wapi uvumba au manukato ya kuvukiza kama alivyofanya Haruni?, màana katika agano jipya hatuna vitu hivyo. Ok acha nikusaidie kujibu swali hili. Ukweli ni kwamba ingawa katika agano jipya hatuna vitu kwa jinsi ya mwili lakini kiroho tunavyo Ufunuo wa **Yohana5:8** "*wakaanguka mbele za Mwana-Kondoo, kila mmoja wao ana kinubi, na vitasa vya dhahabu vilivyojaa manukato, ambayo ni maombi ya watakatifu".* Maombi yako ndiyo manukato yenyewe ndiyo uvumba wenyewe unaotakiwa kuwa nao kila wakati ili upate kuvukiza mbele za Mungu kama vile aliyo fanya Haruni kwa kuwa nawe sasa ni kuhani unaye simamia taratibu zote za ibaada katika hekalu la mwili wako. Naamini hili ni sababu moja wapo inayotupa jibu kwa nini katika agano la kale msisitizo wa kufanya maombi si mkubwa ukilinganisha na ule ulioko agano jipya kwa sababu katika agano jipya maombi pia ni manukato, na kwa kuwa kila mwamini mwili wake ni hekalu na kila penye hekalu pana ibaada, kwa hiyo kila mmoja wetu imempasa kufanya maombi kusudi awe na manukato na uvumba ambao ni maombi ili aweze kumfanyia Mungu ibaada ya maana siku zote. Kumbuka hakuna mwingine wa kufanya hiyo kazi ya kikuhani badala yako ni wewe tu utaiweza na si mwingine kwani umepewa wewe ufanye.

Ukisoma **Kutoka30:9.** Unakuta Mungu akionya kwamba mtu asijaribu kuleta au kufukiza uvumba wa kigeni madhabahuni pake. Uwe mwangalifu uletapo manukato yako mbele za Mungu kwa ajili ya ibaada hakikisha ni yale aliyoagiza yeye usipuuze kwani inaweza kukuletea madhara kwako. Hebu ona hapa **Mambo ya Walawi 10:1-2** "*Nadabu na Abihu, wana wa Haruni, wakatwaa kila mtu chetezo chake, wakatia moto ndani yake, wakatia na uvumba, nao wakatoa moto wa kigeni mbele ya BWANA, ambao yeye hakuwaagiza. Kisha moto ukatoka hapo mbele za BWANA, nao ukawala, nao wakafa mbele za BWANA*". Hawa jamaa walileta moto wa kigeni madhabahuni kwa Bwana na wakafa, kama tuonavyo sote lengo mhimu la manukato ni kuhakikisha hali ya hewa inakuwa nziuri na eneo zima linakuwa la kuvutia sana hivyo hakikisha hekalu lako (mwili) linapambwa muda wote kwa njia ya maombi yaani manukato ili Roho Mtakatifu akae ndani yako kwa furaha na amani.

Hebu turudi tena kwa ufunuo lipo jambo Roho wa Bwana ananikumbusha hapa,hebu tusome pamoja imeandikwa katika**Ufunuo wa Yohana 5:8**kuwa "*Hata alipokitwaa kile kitabu, hao wenye uhai wanne na wale wazee ishirini na wanne wakaanguka mbele za Mwana-Kondoo, kila mmoja wao ana kinubi, na vitasa vya dhahabu vilivyojaa manukato, ambayo ni maombi ya watakatifu*". Andiko hili linatuambia waziwazi kabisa kuwa ule utaratibu ambao ulikuwa katika hema ya kukutania bado upo kwenye hema ya mbinguni unaendelea,tunaona hapa wazee wakibeba vyetezo vyao kwa ajili ya ibaada wapate kumwabudu Mwanakondoo wa Mungu aliye chinjwa kwa ajili yetu. Ndiyo!, wana uvumba na manukato ambayo ni maombi ya watakatifu mikononi mwao wapate kumwabudu Mwanakoondo. Jua kuwa maombi yako ni bidhaa mhimu sana kule mbinguni kwa ajili ya ibaada kule na yanahusika katika kuleta halufu nzuri sana kuzunguka kiti cha Enzi cha Mungu wetu,hivyo kugoma kuomba ni kufanya bidhaa hii mhimu iwe adimu kule na kusababisha kukosekana kwa hali nzuri ya kuvutia kule.

Ikiwa ni hivyo je unadhani Mungu anafurahishwa na mtu yule asiyefanya maombi na kusababisha manukato kuwa adimu. *Kumbuka hili furaha ya Bwana ndio nguvu zetu usisahauhilo*, je maombi yako ni sehemu ya maombi ya watakatifu yenye kutengeneza manukato kule kwa Baba?. Ndugu maombi ni zaidi ya mawasiliano au kusema unataka Mungu akufanyie nini kuna siri kubwa sana huko anza kuomba na utashangaa kila siku unajifunza siri mpya kabisa.

Mungu akubariki na ninakutakia baraka za Mungu katika kazi yote ya mikono yako ambayo unaifanya kwa utukufu wa Mungu, nipate kutumia wakati huu kukukaribisha wewe na jamaa zako kwenye semina hii siku inayofuata ili ujifunze zaid

SIKU YA SITA

Somo la Sita: Maombi ni njia ambayo inatuwezesha kutoa msaada wa kiroho kwa wengine

Nakusalimu tena katia jina la Yesu mwikozi wetu, Yesu apewe sifa!. Roho Mtakatifu azidi kukutia nguvu unapotafuta maarifa haya sababu adui hatapenda uyapate, kwa maana imeandikwa **2 Wakorintho 10:5**"... *mawazo na kila kitu kilichoinuka, kijiinuacho juu ya elimu ya Mungu; ....*". Kwa hiyo yako mawazo au vitu vingine vinavyo inuka ili usipate elimu ya Mungu. Ni habari njema kwetu kuwa pamoja na hayo tumepewa mamlaka ya kuviangusha vyoote vinavyotuzuia kujifunza elimu ya Mungu kama ilivyooandikwa **2 Wakorintho 10:5** "*tukiangusha mawazo na kila kitu kilichoinuka, kijiinuacho juu ya elimu ya Mungu; na tukiteka nyara kila fikira ipate kumtii Kristo*". Ni kwa mamalaka hayo naangusha mambo yote yakusongayo wakati tunajifunza jambo lingine kupitia siku hii ya leo.

Somo tulilo nalo leo hii ni hili Maombi ni njia inayo tuwezesha kutoa msaada kwa wengine kiroho

Biblia inatufundisha juu ya uwepo wa ulimwengu wa roho na ulimwengu wa mwili. Kwa mfano unaposoma **Yohana14:17** utaliona hili,imeandikwa "*ndiye Roho wa kweli; ambaye ulimwengu hauwezi kumpokea, kwa kuwa haumwoni wala haumtambui; bali ninyi mnamtambua, maana anakaa kwenu, naye atakuwa ndani yenu.*"

Anaposema ulimwengu hauwezi kumpokea ana maaaa ya ulimwengu huu wa mwili. Pia kitabu cha **Waefeso 2:2**imeandikwa "*ambazo mliziendea zamani kwa kuifuata kawaida ya ulimwengu huu, na kwa kumfuata mfalme wa uwezo wa anga, roho yule atendaye kazi sasa katika wana wa kuasi;"*. Lile neo "*ulimwengu huu*"ana maana ulimwengu wa mwili. Biblia pia inatufundisha juu ya ulimwengu wa roho,hebu tazama mistari hii michache.

Waefeso 2:6 "*Akatufufua pamoja naye, akatuketisha pamoja naye katika ulimwengu wa roho, katika Kristo Yesu*;" Kwa hiyo mtu anaishi katika ulimwengu wa mwili na pia anaishi wakati huohuo katika ulimwengu wa roho.

Fungua nami kitabu cha **1 Samweli 1:8** "*Elkana mumewe akamwambia, Hana, unalilia nini? Kwanini huli chakula? Kwa nini moyo wako una huzuni? Je! Mimi si bora kwako kuliko watoto kumi?"*

Huyu mama (Hana) alikuwa tasa na mmewe Elikana alioa mke wa pili aliyeitwa Penina. Tatizo la utasa kwa Hana kilikuwa chanzo cha mambo mengi yaliyo mletea huzuni na mke mwenza akitumia tatizo hili kama mtaji wa kumkosesha amani Hana, hivyo Hana akawa mwenye huzuni nyingi moyoni mwake.

1 Samweli 1:8 inatueleza jinsi mumewe alivyo jitahidi kusimama katika nafasi yake kama mume wake ili kumfariji mke wake aliye kuwa tasa. Mumewe aliangalia shida ya mkewe kimwili na alimpa faraja ya kimwili lakini tunaona kuwa faraja hiyo haikumsaidia mkewe kwa sababu licha ya faraja aliyopewa bado yule mama alikuwa na uchungu moyoni mwake, aya ya **1 Samweli 1:10** "*Naye huyo mwanamke alikuwa na uchungu rohoni mwake, akamwomba BWANA akalia sana*". Ikiwa faraja ya mume wake ingemsaidia Hana basi maumivu ndani ya moyo wake yangeondoka.

Kwa nini maumivu hayakuondoka kwa sababu Mzee Elikana alishughulika tatizo la mkewe kimwili pekee, hakujua kuwa imempasa kulishughulika nalo kiroho pia kwa sababu utasa ule haukuwa wa mwili tu bali pia ulikuwa na uhusiano wa kiroho juu ya kufanikiwa kwa Hana katika maisha yake ya kiroho na kimwili, ona biblia inasema **1 Samweli 1:6-7** lakini mimi nitasoma ule mstari wa saba (7) "*Tena mumewe akafanya hivyo mwaka kwa mwaka, hapo yule mwanamke alipokwea kwenda nyumbani kwa BWANA, ndivyo yule alivyomchokoza; basi, kwa hiyo, yeye akalia, asile chakula*".

Mke mwenza alisababisha fujo (alimchokoza) kila wakati Hana alipotaka kwenda hekaluni kusali au kumwabudu Mungu wake na kutoa dhabihu kwa Mungu wake. Uchokozi wa mke mwenza (Penina) ulimfanya Hana ashindwe kumuabudu Mungu kwa amani japo alipewa sadaka nyingi na mmewe lakini kukosekana kwa amani kulifanya ibaada yake mama yule isiwe ibaada ya maana mbele za Mungu na yenye faida kwake Hana, chanzo kilikuwa utasa, na mumewe alifikiria kuwa mkewe alikuwa analia kwa sababu hakuwa na watoto alijua kuwa hii ndiyo hitaji kuu la mkewe na hakujua kuwa utasa pia umesababisha hali ya kiroho ya mkewe kuwa mbaya. Hana aliumia kuona kwamba ana tukanwa kwa sababu ni tasa na pia uhusiano wake na Mungu ulikuwa unateseka kwa sababu ya utasa wake. Kumbuka kuwa mwanadamu ameumbiwa ndani yake hali ya kuabudu akikosa kuwambudu Mungu katika kweli, ndani yake lazima itaingia hali ya huzuni na majonzi ndiyo maana akikosa kumwabudu Mungu aliye hai anaabudu miungu (vinyago) ili tu apate faraja kwa sababu moyo wake una huzuni na maumivu ya kukosa ibaada. Alihitajika mtu atakaye jua jinsi ya kulishughulikia tatizo la Hana.

Tukimtazama mtumishi wa Mungu Ayubu utaona kuwa ugonjwa wake ulikuwa kwa ajili ya kuumua Ayubu kiroho na si kimwili. **Ayubu 2:4-5** "*Shetani akamjibu BWANA, na kusema, Ngozi kwa ngozi, naam, yote aliyo nayo mtu atayatoa kwa ajili ya uhai wake. Lakini sasa nyosha mkono wako, uguse mfupa wake na nyama yake, naye atakukufuru mbele za uso wako*". Kwa hiyo Lengo la ugonjwa ule kwa Ayubu ulikuwa kumshinikiza Ayubu amkufuru Mungu wake. Ni kama Ayubu alilijua hili maana Ayubu hakutaka kabisa kuushughulikia ugonjwa wake kimwili bali yeye alihangaika kupambana kiroho. Mkewe Ayubu alimtaka mmewe (Ayubu) atumie njia mbadala ikiwemo kumkufuru Mungu ili aweze kulishughulikia swala la ugonjwa ule, lakini Ayubu alikataa. Hata rafiki zake Ayubu nao walijaribu kumshawishi Ayubu alitazame tatizo kwa mtazamo tofauti bado Ayubu alikataa.

Lengo lake Ayubu alitaka roho yake isife ipate kuishi mbele za Mungu hata kama mwili wake utakufa, ndiyo maana alifika mahali Akasema katika **Ayubu 19:26** kuwa *"Na baada ya ngozi yangu kuharibiwa hivi, Lakini, pasipokuwa na mwili wangu nitamwona Mungu;"* na tena tafakari maneno haya mazito ya **Ayubu 1:21** *"akasema, Mimi nilitoka tumboni mwa mama yangu nili uchi, nami nitarudi tena huko uchi vilevile; BWANA alitoa, na BWANA ametwaa; jina la BWANA na libarikiwe".*

Unafahamu inawezekana Ayubu angeamua kutumia njia mbadala angepona ugonjwa ule kwa jinsi ya mwili lakini kiroho angekufa. Jambo hili nimhimu kwako kujua si kila tatizo linalenga kuudhuru mwili wako wa nje, kuna matatizo mengine yameinuliwa ili kukuua kiroho na usipong'amua siri hii itakusumbua sana. Usifurahiye tu kuwa umepona kimwili angalia pia usalama wa roho yako. Yesu alionya jambo hili akisema **Mathayo10:28** *"Msiwaogope wauuao mwili, wasiweze kuiua na roho; afadhali mwogopeni yule awezaye kuangamiza mwili na roho pia katika jehanum".* Usifurahiye tu kupona kimwili lakini tafakari juu ya hatima ya roho yako pia. Yesu alisisitiza umhimu wa afya kiroho kuliko kimwili akasema **Mathayo 18:8-9** *"Basi mkono wako au mguu wako ukikukosesha, ukate ukautupe mbali nawe; ni afadhali kuingia katika uzima hali umepungukiwa na mkono au mguu, kuliko kuwa na mikono miwili au miguu miwili, na kutupwa katika moto wa milele. Na jicho lako likikukosesha, ling'oe, ukalitupe mbali nawe; ni afadhali kuingia katika uzima una chongo, kuliko kuwa na macho mawili, na kutupwa katika jehanum ya moto".*

Kama wewe ni kiongizi wa kiroho jitahidi sana kutaka msaada wa Roho Mtakatifu unpowashauri watu juu ya matatizo yao, hii ni kwa sababu lengo la tatizo hutofautiana kati ya mtu mmoja na mwingine ingawa kwa jinsi yakuyatazama kimwili yanafanana. Kuna watu matatizo yao yanalenga kuua mwili wa nje lakini wengine matatizo yao ni kuua utu wa ndani,huwezi kumpa ushari wa kimwili aliye na tatizo linalo uua utu wake wa ndani japo linaonekana kama tatizo la kawaida akakuelewa. Usifanye huduma hii kwa mazoea kama rafiki zake Ayubu, walijitahidi kumfariji Ayubu kwa kutumia udhoefu wao ndiyo maana walidhani Ayubu amemkosea Mungu maana walizoea kuwa mwenye dhambi pekee ndiye angeweza kupatwa na yalio mpata Ayubu, mawazo yao ugonjwa ule ulikuwa ni adhabu kwa Ayubu, lakini hawakujua Munga ana sababu maalumu kuruhusu ugonjwa ule. Naamini wangemuliza Mungu kwa nini rafiki yao amepatwa na mabaya pengine Mungu angewapa sababu ambayo ingewasaidia kujua namna gani wamsaidie Ayubu.

Fikiria kanisani kwako una watu wa jinsi hii **1 Samweli 22:2** "*Na kila mtu aliyekuwa katika hali ya dhiki, na kila mtu aliyekuwa na deni, na watu wote wenye uchungu mioyoni mwao, wakakusanyika kwake; naye akawa jemadari wao; nao waliokuwa pamoja naye walipata kama watu mia nne*". Unawasaidiaje watu wa namna hii kila mtu ana tatizo lake na matatizo yao hayafanani.

Njia pekee ya kuwasaidia watu wa namna hii ni maombi pekee ndiyo yanaweza kufanya uwe na ushirika nao kiroho au kuwapa msaada unaendana na tatizo la mtu husika. Twende pamoja, kitabu cha **1 Samweli 1:15-18** imeandikwa "*Hana akajibu, akasema, Hasha! Bwana wangu, mimi ni mwanamke mwenye roho ya huzuni, mimi sikunywa divai wala kileo, ila nimeimimina roho yangu mbele za BWANA. Usimdhanie mjakazi wako kuwa ni mwanamke asiyefaa kitu; kwa kuwa katika wingi wa kuugua kwangu na kusikitika kwangu ndivyo nilivyonena hata sasa. Ndipo Eli akajibu, akasema, Enenda kwa amani; na Mungu wa Israeli akujalie haja yako uliyomwomba. Naye akasema, Mjakazi wako na aone kibali machoni pako. Basi huyo mwanamke akaenda zake, naye akala chakula, wala uso wake haukukunjamana tena*".

Baada ya Hana kuona faraja ya mmewe hajamsaidia kitu aliinuka na kwenda hekaluni mbele za Mungu, huko akafanya maombi mazito sana kiasi kwamba sauti yake ilikauka, lakini yeye hakujali kule kukauka kwa sauti yake aliendelea kuomba. Ninachotaka uone ni jinsi Mzee Eli avyo weza kumsaidia kwa njia ya maombi mama huyu mwenye uchungu moyoni mwake. Eli aliposimama katika nafasi yake ya kikuhani kwa ajili ya yule mama unaona akitamuka maneno haya *"Ndipo Eli akajibu, akasema, Enenda kwa amani; na Mungu wa Israeli akujalie haja yako uliyomwomba".*

Haya ni maombi ambayo kuhani aliomba kwa ajili ya Hana, usione kama yalikuwa maneno ya kawaida ilikuwa ni sala. Sala hii imebeba mambo yafuatayo:

Amani

Eli alimtakia yule mama amani, Mzee Eli alitambua kuwa tatizo lake Hana limesababisha kuondolewa kwa amani ndani yake hivyo alihitaji amani kwanza ili imsaidie anapomkaribia Mungu apate kumwabudu Mungu kwa Uhuru. Shida aliyokuwa anaipata Hana ni kukosena kwa amani ndani yake alipokuwa anaenda kuambudu sababu mke mwenza ali mchokoza kila alipotaka kwenda hekaluni, jambo hili bila shaka lilikuwa likifanya Hana kuwa na hali ya kunung'unika ndani yake kwa ajili ya mke mweza. Fahamu kuwa palipo na manung'unuko Roho wa Mungu hakai hapo, kwa hiyo Hana alikosa usaidizi wa Roho Mtakatifu juu ya maombi yake. Pia alihitaji amani imsaidie kufanikiwa katika kila jambo alolifanya katika maisha yake ya kila siku.

Mungu wa Israeli akujalie haja yako uliyomwomba.

Hili lilikuwa ombi la pili katika maombi ambayo kuhani Eli alimwombea Hana. Katika ombi hili unaona Eli akimsihi Mungu ampe haja za moyo wake yule mama (Hana) kama alivyoomba. Ombi hili aliliomba kusudi furaha yake yule mama ipate kuongezeka sana na tatizo la utasa liondoke kusudi uchungu usipate nafasi tena ndani yake Hana, kwa sababu kama utasa ungendelea kuwepo ni wazi ile amani aliyombewa na Mzee Eli ingekuwepo kwa kitambo na hali ya uchungu ingerudi, kwani mke mwenza angetumia utasa kumtibua tena Hana na kwa njia hii angefanikiwa kupanda tena shina la uchungu ndani ya moyo wa Hana.

Baada ya msaada wa maombi wa yule kuhani wa Mungu nini kilitokea kwa huyu mama (Hana) tazama **1 Samweli 1:18**"*.... Basi huyo mwanamke akaenda zake, naye akala chakula, wala uso wake haukukunjamana tena*". Kwa njia ya maombi yule mama alipata faraja ya kweli iliyoondoa uchungu wote ndani yake, msaada wa maombi ndio ulihitajika kuondoa uchungu, Kwa kweli mzee Elikana (mmewe Hana) alitakiwa kumsaidia mkewe kwa kuungana naye katika maombi badala ya faraja ya kimwili pekee. Unaweza kupewa mamilioni lakini kama moyoni hakuna amani hizo pesa unaweza kuzitupa.

BWANA wetu Yesu pia alipitia changamoto kubwa sana ya msalaba. Unapofuatilia kwa karibu utaona kuwa Yesu alifanya kila awezalo kuishughulikia changamoto ile kiroho kuliko kimwili kwa sababu lengo moja wapo ya changamoto ile ni kumkwamisha kiroho.

Ili kuikabili changamoto ile Yesu aliomba msaada, msaada Yesu alio uomba ni maombi. Tunalijua hili tunaposoma **Mathayo26:37-44,** hebu tusome pamoja imeandikwa "*Akamchukua Petro na wale wana wawili wa Zebedayo, akaanza kuhuzunika na kusononeka. Ndipo akawaambia, Roho yangu ina huzuni nyingi kiasi cha kufa; kaeni hapa, mkeshe pamoja nami. Akaendelea mbele kidogo, akaanguka kifulifuli, akaomba, akisema, Baba yangu, ikiwezekana, kikombe hiki kiniepuke; walakini si kama nitakavyo mimi, bali kama utakavyo wewe. Akawajia wale wanafunzi, akawakuta wamelala, akamwambia Petro, Je! Hamkuweza kukesha pamoja nami hata saa moja?Kesheni, mwombe, msije mkaingia majaribuni; roho i radhi, lakini mwili ni dhaifu. Akaenda tena mara ya pili, akaomba, akisema, Baba yangu, ikiwa haiwezekani kikombe hiki kiniepuke nisipokunywa, mapenzi yako yatimizwe. Akaja tena, akawakuta wamelala; maana macho yao yamekuwa mazito. Akawaacha tena, akaenda, akaomba mara ya tatu, akisema maneno yale yale*". Lengo la Yesu kuwachukua wanafunzi wake hawa watatu ni kutaka wamsaidie kuomba kwa vile roho yake ina huzuni nyingi. Bila shaka Yesu alijua kuwa hapana faraja yoyote, wala maneno matamu yoyote au kitu chochote cha kimwili wanafunzi wake wangeweza kutoa ambacho kingemsaidia katika changamoto ile isipokuwa maombi pekee lakini bahati mbaya walilala usingizi.

Mpendwa ikiwa unataka kuwasaidia watu au kuwafariji watu basi njia nzuri ni kuwa mtu wa maombi, kwa njia hii utaweza kujua aina ya msaada ambao mtu anauhitaji kama ni juu ya mahitaji ya kimwili au ya kiroho, unaweza kumpa mtu msaada lakini usimsaidie chochote kama alivyopewa Hana sadaka nyingi lakini hazikumsaidia, kwa sababu nafsi ya yake ipo katika maumivu. Jifunze kutanguliza msaada wa maombi kabla ya kutoa msaada wako wa kimwili ili ujue ni msaada wa namna gani utoe.

Asante tumekuwa pamoja katika somo hili nami nimebarikiwa sana na uwepo wako hapa, usisite kumpa mtu mwingine kitabu hiki akisome hata kama si wa imani yako au kumkaribisha katika semina hii inayo kujia kwa njia maandishi. Nami kwa moyo mkunjufu nakukaribisha tena wewe na jamaa yako yote katika somo lijalo hapo kesho naamini Mungu wetu mwema atatupa neema ya kuonanatena mahali hapa na Mungu azidi sana kubariki kwa ajili ya utayari wako.

SIKU YA SABA

Somo la Saba: Maombi kama njia ya kutoa msaada kwa mtu aliye dhaifu kiroho.

Hallelujah! Jisikie huru katika Kristo Yesu, usisahau kuwa alikufa kwa ajili yako kusudi uwe huru mbali na dhambi. Kwa hiyo ikiwa kuna kitu au uovu unao kuzuia au kukunyima frusa ya kumwona Mungu basi muda huu ni muda sahihi kwako mkaribie Mungu kwa toba nawe utapata amani moyoni mwako.

Sikuya jana tuliona jinsi maombi yanavyoweza kutumika katika kutoa msaada wa kiroho kwa mtu mwenye mahitaji ya kiroho. Leo hii nataka tuone jinsi maombi yanavyo weza kuhusika katika kutoa msaada wa kiroho kwa mtu aliye dhaifu kiroho,yaani mawasiliano yake kiroho hayapo vizuri.

Sote tunajua kuwa mtu ana nafsi, roho na mwili (**1 Wathesalonike 5:23**"*......awatakase kabisa; nanyi nafsi zenu na roho zenu na miili yenu mhifadhiwe ...*"). Biblia inatufundisha kuwa katika hao watatu roho ndiye atakaye hukumiwa (**Ezekieli 18:20**), Ile kwamba roho ndiye atakaye hukumiwa inatupa picha iliyo wazi kujua kuwa roho anapaswa kuwa mtawala kati ya hawa watu. Sababu ya kusema hivyo ni hii kwa mjibu wa maandiko roho pekee ndiye aliye na uwezo wa kuwa na (access) mawasiliano na Mungu, ili aweze kumwongoza mwanadamu. Naamini roho atahukumiwa kwa uzembe wa kushindwa kuwatawala nafsi na mwili ingawa alijua kuwa wanayo mshurutisha kufanya si sawa mbele za Mungu yeye alinyamaza, kwa hiyo lazima awajibike kwa uzembe. Ni katika mtazamo huu najifunza kuwa ule uwezo wa kujua jema na baya (utashi) upo ndani ya roho na si nafsi, kama sivyo basi sitasita kusema roho atahukumiwa kwa kuonewa. Sababu ya kusema hivyo ni kwamba Roho atahukumiwaje hali alikuwa hajui kipi kizuri au kibaya je angewezaje basi kutofautisha jema na baya kusudi aweze kutokubaliana na matakwa ya nafsi na mwili maana alikuwa hajui kitu, why ahukumiwe?. Ok somo la nafsi, roho na mwili tuliache kwanza kwa sababu ni somo pana sana lakini nilichotaka hapa ujifunze ni kuwa mtu ana nafsi, mwili na roho na kati yao mkubwa ni roho.

Uwezo huu wa roho kuwatala wenzake ni mdogo sana kiasi kwamba roho anashindwa kuwahimili mwili na nafsi hivyo anajikuta akilazimishwa kufanya mambo asiyo yataka lakini hana uwezo wa kusema hapana kwa kuwa uwezo wake ni mdogo, kumbuka mwili ni adui wa roho siku zote,yeye hapendi mambo ya Mungu ila ya Dunia (**Wagaratia 5:17**).

Kazi moja wapo ya Roho Mtakatifu anapo kuja kwa mwamini ni kuihuisha au kuipa uwezo roho ya mtu kuwa na mamlaka juu ya nafsi na mwili lakini pia uwezo wa roho ya mtu wa kutambua hila za yule mwovu (Shetani) na kuchukia uovu unaongezeka kila wakati kwa kadri roho ya mtu huyu invyo zidi kuwa na utii kwa Roho Mtakatifu.

Naamini tupo pamoja mpaka hapo. Sasa mtu anapoanguka dhambini uwezo huu huondoka mara tu roho Mtakatifu anapoondoka ndani yake mtu huyu, roho yake huirudia hali yake ya udhaifu japo bado ni mwamini lakini kwa kweli anakuwa dhaifu kiroho, na hajui afanye nini. Hapo ndipo maombi ya mwamini mwenzake huweza kutumikia katika kutoa msaada wa kiroho kwa roho ya mtu huyu aliye dhaifu kiroho

Nanna gani?. Ikiwa pana mtu atakaye simama palipo bomoka kwa ajili ya roho hii dhaifu, huduma ya kikuhani hufanyika kwa kumsogeza mtu huyu mbele za Mungu kwa sababu yeye mwenyewe si rahisi kujisogeza mbele za Mungu. Damu ya Yesu hukibomoa au kukiondoa kile kiambaza cha dhambi kinachomtenga na Mungu ghafla roho hii iliyodhaifu inapata mwangaza unaoiongoza katika toba. Lakini pia kufutana na **Yakobo 5:15** kiwango cha imani walicho nacho wanao mwombea kinaweza kuwa sababu ya roho hii itasamehewa dhambi yake.

Kitabu cha **Luka 5:19-20** "*Hata walipokosa nafasi ya kumpeleka ndani kwa ajili ya lile kundi la watu, walipanda juu ya dari wakampitisha katika matofali ya juu, wakamshusha yeye na kitanda chake katikati mbele ya Yesu. Naye alipoiona imani yao, alimwambia, Ee rafiki, umesamehewa dhambi zako*". Mstari wa ishirini (20) unatuonyesha ya kuwa kusamehewa dhambi zake huyu ndugu kulikuwa ni matokeo ya imani waliyo kuwa nayo ndugu zake kuhusu Mungu. Kumbuka tunapata neema ya wokovu kwa kumkiri Yesu kwa kinywa chako mwenyewe. **Warumi10:9** "*Kwa sababu, ukimkiri Yesu kwa kinywa chako ya kuwa ni Bwana, na kuamini moyoni mwako ya kuwa Mungu alimfufua katika wafu, utaokoka*". Tuelewane hapa vizuri sijasema imani aliyonayo mtu mwingine itampa wokovu mwingine hapana ni lazima mtu husika amkiri Yesu kwa kinywa chake mwenyewe na kuamini moyoni mwake mwenyewe. Tunaokoka mara moja lakini tunasamehewa kila wakati maadamu tunaishi.

Kama hawa ndugu imani yao ulimfanya Yesu amsamehe yule aliyekuwa dhaifu basi hata sisi tukiomba kwa imani kwa ajili ya mtu aliye dhaifu kiroho Mungu atamponya mtu yule.

Nitapenda tuliangalie jambo la nanna hii kwa njia ya maandiko.

Katika **Isaya 63:5** "*Nikatazama, wala hakuna wa kusaidia; Nikashangaa kwa kuwa hakuna mwenye kutegemeza;*". Mshangao wa Mungu ni kuona kuwa hapana mtu wa kusaidia. Usaidizi huu unaosemwa hapa ni juu ya kuzisaidia roho zilizokuwa dhaifu ili zihuishwe kwa kufanywa imara ziweze kusimama mbele za Mungu. **Ezekieli 22:30-31** anatuambia madhara ya kukosekana mtu wa kusaidia hii roho ya mtu aliye dhaifu kiroho ni Mungu kumteketeza, anasema *"…..nimewateketeza kwa moto wa hasira yangu; …..".* Kama pangekuwa na mtu wa kutoa usaidizi wa kiroho ili roho hizi zipate kuifikia toba basi zisingeangamizwa katika hasira ya Mungu. Leo hii wengi tumepona hasira ya Mungu kwa sababu kuna watu hata hatuwajui ambao walilia kwa njia ya maombi tuifikie toba na Mungu akasikia kilio chao tumepona.

Mtu aliyeanguka dhambini kwa kweli hajitambui wala hajui afanye nini. Naweza kufananisha na mtu aliye gizani ambaye hana mwanga ingawa njia ipo hapohapo alipo lakini hawezi kuiona mpaka mwanga uje. Unapo mleta mbele za Mungu kwa njia ya Maombi unafanya apate mwanga unaompa kuiona njia inayoongoza kwenye toba, ndiyo maana Yakobo anatukumbusha kuwa tusisahau maombi yetu yaweza kumwokoa mwenye dhambi (**Yakobo 5:15**).

Tunaliona jambo kama hili kwa Musa, hebu fungua kiatbu cha **Kutoka 32:1** "*Hata watu walipoona ya kuwa Musa amekawia kushuka katika mlima, wakakusanyana wakamwendea Haruni, wakamwambia, Haya! Katufanyizie miungu itakayokwenda mbele yetu, kwa maana Musa huyo aliyetutoa katika nchi ya Misri hatujui yaliyompata.*" Baada ya anguko hili la uasi juu ya Mungu utaona jinsi roho za hawa watu na kiongizi wao Haruni jinsi zilivyo kuwa dhaifu kiasi kwamba hawakuweza kung'amua kuwa wamemwasi Mungu.

Kutoka 32:7-14 inatueleza jinsi Musa alivyo husika katika kuzisaidia hizi roho dhaifu zisiangamizwe katika hasira ya Mungu. Tunasona. **Kutoka32:1,11** "*Hata watu walipoona ya kuwa Musa amekawia kushuka katika mlima, wakakusanyana wakamwendea Haruni, wakamwambia, Haya! Katufanyizie miungu itakayokwenda mbele yetu, kwa maana Musa huyo aliyetutoa katika nchi ya Misri hatujui yaliyompata*" Baada ya haya tunaona jinsi Musa alivyofanya maombi maana imeandikwa. "*Musa akamsihi sana BWANA, Mungu wake, na kusema,….*" Akamsihi maana yake alifanya maombi, sasa fuatilia hayo maombi mpaka ule mstari wa kumi na sita (16) utaona maombi aliyofanya Musa haya kuwa kwa ajili yake bali kwa ajili ya kutoa msaada wa kiroho kusudi roho za wana Israeli zisiangamizwe katika hasira ya Mungu. Ukiendelea mpaka mstari wa kumi na nne (14) utaona Mungu akigaili asiwaangamize Israel, kwa kweli bila msaada huu wa Musa wasingeishi. Musa alipowafikia wana Israel alivunjavunja ile ndama, pengine hata Musa alipoivuja ile ndama watu dhaifu hawa kiroho hawakuelewa Musa anafanya nini kwa sababu ya uwezo wao mdogo wa kutambua uovu, inawezekana kuna walio mchukia Musa lakini wasijue kuwa hata ile dakika wanapumua ni kwa sababu Musa amesaidia roho zao ziwe hai.

Ukitaka kujua kuwa mtu aliyeanguka dhambini uwezo wa roho yake kuitambua dhambi unakuwa dhaifu jaribu kumshauri mtu aliyekuwa mwamini na akaanguka dhambini, kwa kweli ni kazi ngumu sana kueleweka kwake, tena unashangaa yale aliyoyakataa na kuwaonya wengine sasa ndiyo yeye mwenyewe anayashabikia na kuyaona ni ya maana sana tena aweza hata kukuambia umepitwa na wakati wewe unayemshauri ayaache, kwa nini uwezo wake wa kiroho kuona uovu umepungua sana anahitaji msaada huyo.

Tazama habari za Kora katika **Hesabu 16 : 1-32** Hesabu inatuambia habari za uasi wa Kora na watu wake, utaona ya kuwa hata Musa alipowanya watu hawa hawakuweza kung'amua kuwa wametenda uovu kwa sababu jicho la roho zao lilikuwa dhaifu mno. Katika kisa hiki Musa naye hakujishughulisha kabisa kuzisaidia roho hizi kwa njia ya maombi bali aliwaonya kawaida tu na matokeo yake walikufa.

Linganisha kisa hiki cha **Hesabu 16 : 1-32** na kisa kile cha **Kutoka 32:1,11** Utaona kuwa njia alizo tumia Musa kushughulikia hali ya kiroho ya roho hizi dhaifu zilitofautiana. Katika **Kutoka 32:1,11** Musa alizisogeza mbele za Mungu kwanza roho hizi dhaifu kwa kuziombea toba na dipo akaenda kusema nao kuwa wamemkosea Mungu. Mwitikio wa wanaisrael ulikuwa mzuri kwani walitambua kuwa wamefanya dhambi na wakataka toba. Lakini katika **Hesabu 16:1-32** Musa hakuzisogeza roho hizi dhaifu kwanza kwa Mungu kwa njia ya maombi ya toba bali alienda moja kwa moja kuwashauri wajue wamemkosea Mungu, na unaona walikataa kutubu. Nini kilfanya hawa watake toba na hawa wakatae toba ikiwa mhubiri ni yuleyule Musa?. Jibu ni maombi ya usaidizi.

Je wajua ni nani anayelia mbele za Mungu hata mabaya yaliyo kusudiwa juu yako yameondolewa?. Angalia yamkini huyo unaye mchukia ndiye sababisho la mafanikio yako.

Ingawa ile dhambi ya kumwabudu ndama ilfanywa na wana Israel wote lakini inaonekana kuwa roho ya Haruni ilijeruhiwa pakubwa sana kwani msaada wa maombi ya toba aliyo fanya Musa haukumsaidia sana Haruni roho yake kupona kabisa mbele za Mungu na kwa kuwa Haruni alikuwa dhaifu asiyeweza kujitetea ilimlazimu Musa kurudi kwa Mungu ili kutoa usaidizi wa kimaombi ili kumsaidia Haruni. Tunasoma hapa **Kumbukumbu la Torati 9:20** "*BWANA akamkasirikia sana Haruni akataka kumwangamiza; nikamwombea Haruni naye wakati huo*".

Kumbuka halikuwa jambo jepesi kwa Musa kufanya huduma hii kwani Mungu alimwahidi Musa kuwa angeinua kizazi kipya kupitia kwake lakini Musa alikataa ofa ile ya Mungu. Ni jambo linalo hitaji upendo wa hali ya juu sana kutoa msaada huu wa kiroho kwa ndugu aliye dhaifu kiroho kumsaidia, unaweza ukajitoa kumsaidia lakini yeye akawa mtu wa kukupiga nawe kwa maneno yake machungu, wengi wamekwama hapo ni rahisi ukashangilia kifo chake cha kiroho kuliko kumsaidia apone. Bila msaada wa Mungu huwezi kutoa msaada huu wa kiroho, utamsadia sukari na vingine lakini si msaada huu kama huna upendo wa kiMungu hakika huwezi. Musa anasema katika**Kumbukumbu la Torati 9:20,25-27** "*BWANA akamkasirikia sana Haruni akataka kumwangamiza; nikamwombea Haruni naye wakati huo. Ndipo nikaanguka nchi mbele za BWANA siku zile arobaini usiku na mchana nilizokuwa nimeanguka nchi; kwa kuwa BWANA alisema atawaangamiza. Nikamwomba BWANA, nikasema, Ee Bwana Mungu, usiwaangamize watu wako, urithi wako, uliowakomboa kwa ukuu wako, uliowatoa Misri kwa mkono wa nguvu. Wakumbuke* *watumwa wako, Ibrahimu, na Isaka, na Yakobo; usiangalie upotofu wa watu hawa, wala uovu wao, wala dhambi yao;"* Tazama hapa siku arobaini mchana na usiku si jmbo jepesi kabisa ni lazima uwe na upendo wa kweli.

Kama Musa aliweza kutoa msaada wa kiroho kwa ajili ya roho zilizo kuwa dhaifu vile na Mungu akaghaili asiangamize ina maana kuwa nasi tunaweza kusimama hapo kwa ajili ya kutoa usaidizi wa kimaombi kusudi roho zote zilizo dhaifu zisiangamie katika udhaifu (dhaimbi) zao. Kumbuka ni hamu ya Mungu kuona kuwa kila mtu anaifikia toba. Kwangu mimi Naamini hii ndiyo huduma ya kikuhani tuliyoitiwa katika agano jipya ili tuweze kufanya upatanisho wa roho za watu na madhabahu ya Mungu kupitia damu Yesu kwa njia ya Maombi.

Maombi ya nanna hii ni mhimu sana hasa kwa ajili kuinuana kiroho na kwa wale wanao fanya huduma za ushudiaji au semina au mikutano, maombi haya ni ya mhimu sana.

Je unataka kuwa mmoja wa watu wanao toa msaada wa kiroho kwa roho zilizo dahifu kiroho?. Tuombe. Lihinidiwe jina lako Mungu wetu mwenye kutusaidia kufanya mambo makuwa ambayo kwa akili zetu hatuwezi. Ninakuomba sasa kwa ajili ya ndugu huyu anayetaka kusimama mahali palipo bomoka kwa ajili ya wapendwa wake nakuomba umjalie upendo na nguvu za kumuwezesha kuwabeba hao ndugu zake kiimani hata kama wanamuudhi asichoke, katika jina la Yesu Amen.

SIKU YA NANE

Somo la nane: Maombi ni agizo la Mungu kwetu.

Ni kwa neema na rehema za Mungu wetu tunaishi hata hivi leo, kwa maana kama wewe Mungu ungetuhukumu kulingana na makosa yetu, ni nani angeweza kusimama mbele yako, Ee Bwana? Kwa maana umeikuza ahadi yako kuliko jina lako mwenyewe. ooh Mungu wangu leo tena nakusihi tufundishe mwenyewe kwa njia ya Roho wako maana siri zako zinatambulikana kwa jinsi ya rohoni. Ninakusalimu Roho Mtakatifu na ninakukaribisha mahali hapa tulipo kutana mimi na msomaji huyu tumekutana ili kujifunza njia zako. Katika jina la Yesu ninaomba. Amina

Ndani ya somo la leo tutaona kipengele kingine cha jibu la swali Kwa nini tunamwba Mungu?. Fahamu ya kuwa tunamwomba Mungu kwa sababu kuomba ni agizo ambalo Mungu ametuagiza sisi waja wake. Kwetu sisi kufanya maombi ni agizo sio hiari. **Wakolosai 4:2** "*Dumuni sana katika kuomba, mkikesha katika kuomba huku na shukrani;*". Huu ni moja tu kati ya mistari mingi ndani ya Biblia inayotutaka tuwe waombaji muda wote.

Kama ni agizo basi yatupasa tutii kwani kutotii ni dhambi maana imeandikwa katika **1Yohana 3:4** "*Kila atendaye dhambi, afanya uasi; kwa kuwa dhambi ni uasi*". Ifahamike kuwa kwenda kinyume na agizo ndio uasi wenyewe ambao ni dhambi kwa hiyo kuto kutii agizo hili la kututaka tudumu katika maombi pia ni uasi kwa Bwana wetu Yesu na tuna kuwa tunatenda dhambi bila sisi kujua. Habari mbaya ni kuwa dhambi ni dhambi na zote mshahara wake ni mauti tangu mauti ya kimwili hata ile ya kiroho, naamini unapata picha sasa kwa nini hali yako kiroho inabadilika sana unapoacha kuomba kila wakati, hii inaweza kuwa sababu moja wapo kuwa una kufa kiroho yaani unatengwa na Mungu kwa sababu ya dhambi ya uasi wa kuto kuomba.

Sote tunajua wazi kwamba Shetani anafanya kazi yake katika mnyororo wa dhambi na kuwa dhambi inafungua mlango kwa adui yetu kututawala. Shetani anatumia mbinu hii ya kuwafanya watu wapuuze juu ya agizo la maombi kwa kufanya hivi huwa anafanikiwa sana kukurushia kamba na kisha unajitengenezea wenyewe kitanzi cha kukunyonga wenyewe.

Mwamdishi wa agano jipya anatuambia kuwa "*Basi yeye ajuaye kutenda mema, wala hayatendi, kwake huyo ni dhambi*" (**Yakobo 4:17**). Kupuuza jambo ambalo unajua ni wajibu wako katika kristo Yesu ni dhambi mbele za Mungu. Ile kwamba unajua kuwa Mungu amekuumba na kukupa uhai kusudi upate kumwabudu na kumtumikia yeye, wewe ukamua kuupuza ni dhambi, sikia Yesu asemavyo "*Kama nisingalikuja na kusema nao, wasingalikuwa na dhambi; lakini sasa hawana udhuru kwa dhambi yao*".(**Yohana 15:22**)

Naamini mzee Samuel alijua mbinu hili ya adui ndiyo maana aligoma kabisa kuacha kufanya maombi **1Samuel 12:23** "*Walakini mimi, hasha! Nisimtende BWANA dhambi kwa kuacha kuwaombea ninyi; lakini nitawaelimisha katika njia iliyo njema, na kunyoka*". Haya ni maneno ya mzee Samuel yeye alipata kujua siri hii kwa msaada wa Roho Mtakatifu kuwa kuacha kuwaombea ndugu zake ambao Mungu amemwangiza awaombee ni kumtenda Mungu dhambi. Kumbuka kuacha kuombea jambo ambalo Mungu amekuagiza ni kumtenda Mungu dhami. Mzee Samuel aliyasema hayo wakati taifa zima limekataa uongozi wa Mungu na limeamua kumtafuta mfalme awe kiongozi wao badala ya Mungu mkuu ndipo Samuel anawaambia hayo maneno ili wajue kuwa hawaombei kwa sababu wametenda jema na tena hataacha kuomba kwa sababu ya walio yafanya balili yeye ataendelea kuomba kusudi aiweke roho yake mbali na dhambi ya uasi juu ya agizo la Mungu.

Upo hapo watu, wengi wanaamua kuacha kuomba kwa sababu tu wamekosana na wachungaji wao au yule wanamwombea amewaudhi au kuwachosha au mawasiliano yao na viongozi wao si mazuri na wengine wanaamua kuhama kanisa kusudi tu wasipate kuombea eneo lile ambalo Mungu amewapa na wakifika huko wanakoona wao ni mahali salama kwao ndiko wanalia machozi kwa uchungu wakiomba.

Kwa kweli mimi binafsi sijui wana wanamwomba Mungu yupi na kwa imani ipi maana kama Mungu unaye mwabudu huko ulikoona wewe ni bora ndiye Mungu huyohuyo ulikuwa unamwabudu ulikotoka na ndiye aliye kupa agizo kule ambalo umelikataa, unadhani anakutazamaje?. Nikitazama upande wa imani nako naona kuna shida mahali maana nijuavyo mimi ni kuwa ili ujenge imani ni lazima Mungu aseme neno juu ya eneo unaloombea kusudi lile neno likujengee imani, kwa sababu imani huja kwa kusikia neno la kristo sasa kama hakuna neno la kristo je imani yako imejengwa wapi?, lakini cha ajabu wanapoendelea kuomba au kuabudu huko waliko kimbilia wanajikuta kuna hali flani inajitokeza inayofanya maombi yao yakose mpenyo kiroho na hali hii ikiendelea wanafika mahali wanaacha kabisa kuwa waombaji wanabaki wakisilimulia tuu enzi zangu zile nilikuwa mwombaji mzuri si kama siku hizi, lakini waulize nini kilitokea sasa hata ukawa si mwombaji tena hawana majibu, maana tulitegemea utoke utukufu kwenda utukufu ulio bora zaidi, kitu gani kumekurudisha nyuma, umelogwa na nani wewe?. Hawajui kuwa walimpa nafasi Shetani nafsini mwao walipo kataa kuombea alicho waagiza Mungu wakiombee.

1 Samweli 12:15,23 "*Bali msipoisikia sauti ya BWANA, mkiiasi amri ya BWANA, ndipo mkono wa BWANA utakuwa juu yenu, kama ulivyokuwa juu ya baba zenu. Walakini mimi, hasha! Nisimtende*

BWANA dhambi kwa kuacha kuwaombea ninyi; lakini nitawaelimisha katika njia iliyo njema, na kunyoka". Hallelujah unaliona hili?. Unapoacha kuomba kwa sababu za kwako wewe ujue ya kuwa unaandaa ungovi na Mungu na hakika hutashinda hiyo vita kwa sababu haupigani na mwanadamu au Shetani bali umeinua teke lako upate kupigana na Mungu na hapo Mungu hahitaji msaada wa Shetani anakushughulikia mwenyewe. Kwa hiyo nakupa angalizo hapa jihadhali juu ya uamuzi unaotaka kufanya leo si tuu juu ya agizo la kuombea jambo flani bali juu ya kusudi la Mungu kwa ujumla wake kwa sababu hayo maamuzi yako yanaweza kugeuka kitanzi katika maisha yako ya utumishi.

Fikiria kuwa una ugomvi na Mungu mwenyewe halafu unakemea kwa jina lake unadhani atatoka akimbie, ukweli ni kuwa wewe utalazimika kushuka na kumlingana Mungu akurehemu, vinginevyo utatoka wewe. Sawa haina shida Mungu atakusaidia na kukurehemu lakini fikiria muda ulio potea na ukizingatia kuwa hata Mungu anauheshimu sana muda kuliko jambo lingine ndiyo maana muda wako ukifika wa kuondoka duniani si jambo jepesi kabisa kumshawishi Mungu akuongezee muda ni ngumu kwelikweli. Fikiria kuwa kama ungeendelea kusimama katika kusudi lile la kuomba leo hii ungekuwa wapi kiroho, ungekuwa na heshima gani kiroho tafakari na chukua hatua sasa.

Inawezekana Mungu amekupa mtu wa kumwombea lakini mtu huyo amekujeruhisi nafsi yako na sasa hutaki tena kumwombea kwa sababu ya uchungu uliomo ndani yako. Ni kweli umemsamehe lakini ile kuwa huwezi kumwombea ina maana kuna shida bado rohoni kwako. Pengine umeshutumiwa katika jambo ambalo hukufanya kuwa umekula pesa za kanisa au kuwa una mahusiano na mchungaji wako n.k haya yote yamekuumiza na kuacha kovu lisilo pona limekuletea shida ya kiroho.

Nikiwa mkoani Morogoro wakati wa semina alikuja mama mmoja akitaka nimwombee, Roho Mtakatifu aliniambia ana uchungu huyu.

Nilipo mweleza juu ya uchungu alio nao alilia sana kisha akasema. "Ni kweli kuna dada amenichukulia mme wangu na sasa nimeachika kaolewa yeye. Kila wakati nimekuwa natembea na kisu kwenye pochi yangu ili nimjeruhi vibaya lakin kila nikijaribu kumjeruhi kuna sauti inanikataza na mkono wangu huwa mzito kumchukua kisu. Sina amani kabisa". Nikamuliza kama anasali," akaniambia ndio aninasali tena ni kiongizi kanisani kwetu na akaongeza hana amani hata awapo ibadani lakini kwa vile ni kiongozi imempasa kuwepo ibadani". Tulipo mwombea uchungu uliisha na akawa na amani, baadaye alianza kumwombea rehema adui wake.

Kuna wengi wanaishi na uchungu mioyoni mwao japo wameokoka na ni watumishi, kama wewe ni mmoja wao simama ulipo niombe na kama si mmoja wao omba kwa ajili ya watu wenye uchungu mioyoni mwao. Tuombe...........

SIKU YA TISA.

Somo la tisa: Maombi humfanya Mungu akae kati yetu.

Kuna jambo ambalo Roho anataka nikushirikishe ili upate japo msingi utakao kusaidia kuchimba jambo hili kwa undani kupitia maandiko na uwangalizi wa Roho Mtakatifu. Mara umalizapo somo hili nakuhimiza sana kaa chini na utafakari juu ya jambo hili. Tuombe. Kama si wewe Yesu kumtuma Roho wako apate kutukumbusha na kutufundisha yaliyo yako ni nani basi angeweza kutufundisha, maana siri hii ni kubwa sana tusaidie Mungu tupate kufahamu jinsi maombi yalivyo mhimu katika maisha yetu. Ameni.

Unapofuatilia lengo la Mungu kumwambia Musa aisimamishe hema ya kukutania ilikuwa ni kwa vile Mungu alitaka KUKAA KATI ya watu wake. **Kutoka 25:8** "*Nao na wanifanyie patakatifu; ili nipate kukaa kati yao*". Usisahau kuwa patakatifu hapakukamilika bila uwepo wa manukato na uvumba siku zote, na aliye husika kuhakikisha taa haziini na kuvukiza uvumba ni kuhani. Katika agano jipya Mungu anakaa kati yetu daima maana kristo ameitwaa Emanuel kwa sababu hii ya kuwa Mungu anakaa katikati ya wanadamu. **Mathayo1:23** "*Tazama, bikira atachukua mimba, Naye atazaa mwana; Nao watamwita jina lake Imanueli; Yaani, Mungu pamoja nasi*". Hii ni habari njema sana kwetu kuwa Mungu anaishi miongoni mwetu, amekuwa sehemu ya maisha yetu. Yesu mwenyewe mzaliwa wa kwanza katika viumbe vyote ametuahidi kuwa **Yohana 12:26** "*Mtu akinitumikia, na anifuate; nami nilipo, ndipo na mtumishi wangu atakapokuwapo. Tena mtu akinitumikia, Baba atamheshimu".* Sisi sio wakiwa au yatima hapana tunaye Mungu yupo nasisi popote tulipo bila kujali nini kimetokea Mungu yupo nasi na linalo lofurahisha zaidi ni kuwa baba anatuheshimu. Yesu mwenyewe amesema katika**Yohana 14:23** imeandikwa hivi " *Yesu akajibu, akamwambia, Mtu akinipenda, atalishika neno langu; na Baba yangu atampenda; nasi tutakuja kwake, na kufanya makao kwake".* Ooooh hallelujah, ni neno jema tena lafaa kuaminiwa kuwa Mungu anakaa katikati ya watu wake hata sasa.

Sijui kama umewahi kuwaza namna hii kuwa Mungu Baba,Mungu mwana na Roho Matakatifu wanakuja leo kwako inakuwaje na unajiandaje kupokea ugeni huo, maana hawaji hao tu ni lazima Masalafi nao watakuwepo, Makerubi nao lazima waje,Wazee ishirini na wanne pia watakuwepo na jeshi lote la mbinguni litakuwepo katika msafara huo kwa ajili ya ulinzi na kumsifu Mungu. Fikiri ni ugeni wa mkubwa kiasi gani unakuja kwako,fikiri ulinzi utakao kuwepo kwako ni mkubwa kiasi gani. Hallelujah!.

Ni kweli kuwa Mungu anakaa katikati ya wanadamu lakini si wote kwa sababu biblia inatufundisha kuwa **Ufunuo wa Yohana 3:20** "*Tazama, nasimama mlangoni, nabisha; mtu akiisikia sauti yangu, na kuufungua mlango, nitaingia kwake, nami nitakula pamoja naye, na yeye pamoja nami".* Mungu hakai katikati ya wanadamu kwa jinsi ya kuwa pembeni yako hapana bali anakaa ndani yako, anaishi ndani yako na ili akae ndani yako anasubiri wewe imemruhusu aingie ndani yako (umpokee Yesu kuwa Bwana na mwokozi wa maisha yako) kwa kufungua mlango wa moyo wako ili aingie ndani yako. Hii ndiyo sababu ukimpokea Yesu maisha yako lazima yabadilike kwa kuwa sio wewe unayeishi bali kristo ndani yako. **2 Wakorintho 6:16** "........*kama Mungu alivyosema, ya kwamba, Nitakaa ndani yao, na kati yao nitatembea, nami nitakuwa Mungu wao, nao watakuwa watu wangu".* Kristo anapokuja kukaa ndani yako, mwili wako unafanywa kuwa masikani ya Mungu (hekalu) la Mungu, kumbuka Mungu hukaa katika hekalu lake. **Habakuki 2:20** "*Lakini BWANA yumo ndani ya hekalu lake takatifu; dunia yote na inyamaze kimya mbele zake*". Kwa kukuwa wewe ni kuhani unawajibika katika kuutunza madhabahu ya Mungu iwe safi hii ni kwa sababu Mungu hakai mahali pachafu yeye hukaa mahali patakatifu siku zote.

Kwa kweli njia bora kwako ya kutunza patakatifu pake hekalu la mwili wako ni hii ya kuhakikisha kuna manukato (maombi) muda wote jambo hili humfanya Mungu aendelee kukaa katika hekalu lake ambalo ni mwili wako.

Mtume Paulo alifanya maombi ya kuwaombea kanisa la efeso ili Mungu akae katika mioyo yao. **Waefeso 3:14-19** "*Kwa hiyo nampigia Baba magoti, ambaye kwa jina lake ubaba wote wa mbinguni na wa duniani unaitwa, awajalieni, kwa kadiri ya utajiri wa utukufu wake, kufanywa imara kwa nguvu, kwa kazi ya Roho wake katika utu wa ndani.Kristo akae mioyoni mwenu kwa imani mkiwa na shina na msingi katika upendo;ili mpate kufahamu pamoja na watakatifu wote jinsi ulivyo upana, na urefu, na kimo, na kina;na kuujua upendo wake Kristo, upitao ufahamu kwa jinsi ulivyo mwingi, mpate kutimilika kwa utimilifu wote wa Mungu*".

Ukiitafakari mistari hii lengo la maombi haya ni ili Kristo akae ndani ya mioyo ya waamini hawa wa efeso, Paulo alitaka Kristo akae ndani Yao kusudi wajue jinsi utajiri ilivyo katika marefu, mapana na kimo cha upendo wa Mungu ulio katika Kristo Yesu. Kama Paul alifanya maombi haya basi ni wazi hata sisi tunaweza kufanya maombi ya namna hii kwa ajili yetu wenyewe na kwa ajili ya wapendwa wetu kusudi nao waifikie toba ya kweli maana Mungu hapendi kuona hata mmoja wetu aangamie katika dhambi zake bali atubu na kuacha uovu.

SIKU YA KUMI

Somo la kumi: Maombi kama maelezo ya mahitaji.

Baada ya kuongolea kwa upana kidogo juu ya sababu hizo yapata zaidi ya tano za kwa nini tunaomba sasa naomba tutazame sababu zingine chache amabazo mwamini aweza kuzipa kipaumbele pia kutegemeana na hamu au kiu aliyo nayo yeye binafsi juu ya kusudi la Mungu ndani yake au anachotaka kifanyike. Kwa ufupi namaanisha aina ya maombi ambayo yanahusisha kueleza haja zako mbele za Mungu.

Pamoja na kwamba Mungu huliangalia kusudi lake alitimize inakupasa uelewa kuwa anatafuta pia mtu ambaye ndani yake ana kiu na utayari wa kuona mapenzi yake yana timizwa kama alivyoonyeshwa juu ya kusudi hilo. Kwa mfano tunasoma **Matendo ya Mitume 17:16** utaona jambo hili maana imeandikwa hivi "*Paulo alipokuwa akiwangojea huko Athene na kuona jinsi mji ule ulivyojaa sanamu, roho yake ilichukizwa sana ndani yake.*" Paulo aliumia Rohini kwake kwa ajili ya yale aliyaona ndani ya mji ule kwa vile hayakumpendeza Mungu na unapotazama mistari inayofuta utaona ya kuwa Mungu alifungua mlango wa Paulo kuinena siri ya Mungu ndani ya mji ule. Kiu aliyokuwa nayo Paul ndiyo ilimsukuma Mungu afungue mlango kwa ajili ya neno kuhubiriwa mahali pale. Bado huanielewa! Ok sawa hebu tazama tena **Hesabu 25:11-12**maandiko yanasomeka hivi"*Finehasi,* *mwana wa Eleazari, mwana wa Haruni kuhani, amezigeuza hasira zangu zisiwe juu ya wana wa Israeli, kwa kuwa alikuwa na wivu kati yao kwa wivu wangu mimi, hata nisiwaangamize wana wa Israeli katika wivu wangu. Basi kwa hiyo, sema, Tazama, nampa yeye agano langu la amani;".* Ili uweze kuelewa vizuri mstari huu ni vema ukasoma sura nzima lakini mimi nitakuambia mambo machache hapa. Hasira za Bwana ziliwaka juu ya Israeli kwa sababu ya uzinzi akaamua kuwapiga kwa mapingo makuu, siku mkutano ulipo kaa kwa ajili ya kujadili pigo hili wafanye nini chini ya uongozi wa Musa, kuna mwisraeli mmjoa alimletea mwenzake mke toka kwa makabila ya kigeni ndipo Fenehasi akamwandama hiyo mtu na kumua yeye na yule mwanamke.

Lengo la kukuwekea mstari huu ni ili uone uhusiano wa wivu aliyokuwa nao Fenehasi na kupewa kwake agano la amani. Agano alilopewa ilikuwa ni matokeo ya kiu aliyokuwa nayo yakuona Mungu wa Israeli anaabuduiwa. Pia ukiangalia kwa ukaribu kisa cha nabii Eliya cha kuzuia mvua na kuomba moto ushuke ni matokeo ya kiu ya Eliya ya kuona Mungu wa kweli anapewa heshima katika nchi ya Israel ambao tayari walikuwa wamemwacha Bwana

Kiu yako ndani yako ya kutamani kuona mapenzi ya Mungu yana timizwa kwenye maisha yako au kanisani kwako au mahali pa kazi inaweza kuwa sababu mhimu ya kuvutia uwepo wa Mungu mahali au eneo hilo na kwa kweli hakuna sehemu nziuri unayoweza kueleza kiu hiyo uliyo mayo isipokuwa ni katika maombi.

Maombi hukamilisha kazi ya Mungu.

Yohana 14:12-14 "*Amin, amin, nawaambieni, Yeye aniaminiye mimi, kazi nizifanyazo mimi, yeye naye atazifanya; naam, na kubwa kuliko hizo atafanya, kwa kuwa mimi naenda kwa Baba. Nanyi mkiomba lo lote kwa jina langu, hilo nitalifanya, ili Baba atukuzwe ndani ya Mwana. Mkiniomba neno lo lote kwa jina langu, nitalifanya*". Yesu anasema juu ya Baba yake kutukuzwa kupitia sisi tulio mwamini kwa kuzifanya kazi ambazo yeye mwenyewe alizifanya na tena anasema hata kazi kubwa zaidi ya zile alizo fanya kuwa nazo tutazifanya kwa lengo la Baba yake kutukuzwa. Anatuambia kuwa tutaweza, njia pekee za kufanya hivyo ni kupitia maombi pekee, kwa hiyo ikiwa wewe unataka kufanya kazi alizo zifanya Yesu basi unatakiwa kuwa mwombaji kwa sababu Yesu atafanya hayo kwa wale waombao tu si vinginevyo. Nje ya Maombi hakuna miujiza yoyote kuna uganga wa kienyeji, nje ya maombi hakuna kuhubiri injili ya kweli bali kuna upotoshwaji wa neno la Mungu ili kupata ujira haramu. Huwezi kupata wimbo wa kweli wa kumsifu Mungu, hakuna utalazimika tu kutunga nyimbo ya kuwafariji watu ili upate kushangiliwa unapoimba lakini wimbo wenyewe hauwezi kuwa na mguso wowote wa kiroho.

Maombi Yana huisha nafsi zetu.

Unapofuatilia maandiko utaona kuwa mara kadhaa uamsho wa kumrudia Mungu pale watangulizi wetu walipo mkosea Mungu ulianza kwa mtu mmoja au kikundi cha watu wakiwa katika maombi, kwa mfano Daniel anasema katika**Danieli 9:2-4** kuwa "*katika mwaka wa kwanza wa kumiliki kwake, mimi Danieli, kwa kuvisoma vitabu, nalifahamu hesabu ya miaka, ambayo neno la BWANA lilimjia Yeremia nabii, ya kuutimiza ukiwa wa Yerusalemu, yaani, miaka sabini. Nikamwelekezea Bwana Mungu uso wangu, ili kutaka kwa maombi, na dua, pamoja na kufunga, na kuvaa nguo za magunia na majivu. Nikamwomba BWANA, Mungu wangu, nikaungama, nikasema, Ee Bwana, Mungu mkuu, mwenye kutisha, ashikaye maagano na rehema kwao wampendao, na kuzishika amri zake*".

Ona hapa Daniel alikuwa na kiu ya kutaka kujua hatima ya taifa lake kuwa utumwani, kwa njia hii akaweza kujua majira yaliyo amriwa juu ya taifa kutoka utumwani, hakuishia kujua tu bali aliingia katika maombi akitaka rehema za Mungu juu ya taifa. Maombi haya ndiyo yalifanya msingi wa unabii mhimu tuusamao nyakati hizi na pia yalikuwa msingi wa taifa zima kumrudia Mungu na hatinaye kurejea katika aridhi yao kama taifa unaloliona sasa taifa la Israeli.

Kadhalika tunajifunza jambo hili kupitia mtumishi wa Mungu Nehemiah ambaye naye alikuwa utumwani kama Daniel aliposikia juu ya mji wake ulvyo hasira ikawaka ndani yake akawa mwenye uchungu mwingi akaingia katika maombi mazito sana juu ya mji uliobomolewa. Ni jambo la kushangaza sana kuona kile Mungua alikifanya kupitia maombi haya ya Nehemiah na hatimaye ukuta wa mji ukajengwa tena.

Nehemia 1:3-6 "*Wakaniambia, Watu wa uhamisho, waliosalia huko katika wilaya ile, wamo katika hali ya dhiki nyingi na mashutumu; tena ukuta wa Yerusalemu umebomolewa, na malango yake yameteketezwa kwa moto. Hata ikawa niliposikia maneno hayo, nikaketi, nikalia, nikaomboleza siku kadha wa kadha; kisha nikafunga, nikaomba mbele za Mungu wa mbinguni; nikasema, Nakusihi, Ee BWANA, Mungu wa mbinguni, Mungu mkuu, mwenye kuogofya, mwenye kutimiza agano lake na rehema zake kwa hao wampendao na kuzishika amri zake; tega sikio lako, macho yako yakafumbuke, upate kuyasikiliza maombi ya mtumishi wako, ninayoomba mbele zako wakati huu, mchana na usiku, kwa ajili ya wana wa Israeli, watumishi wako; hapo ninapoziungama dhambi za wana wa Israeli, tulizozifanya juu yako; naam, mimi na nyumba ya baba yangu tumefanya dhambi*".

2 Mambo ya Nyakati 7:14 "*ikiwa watu wangu, walioitwa kwa jina langu, watajinyenyekesha, na kuomba, na kunitafuta uso, na kuziacha njia zao mbaya; basi, nitasikia toka mbinguni, na kuwasamehe dhambi yao, na kuiponya nchi yao*". Hii ni ahadi ya Mungu kwa watu wake, ahadi hii itatimia si kwa kila mtu au mwamini hapana ni kwa wale watakao kubali kuingia katika magoti na kulia kwa majuto juu ya uovu wao na kuutafuta uso wake si kwa njia ya kutoa sadaka ya ndama bali kwa sadaka ya maombi anasema atasikia na macho yake yatafunguka apate kuona juu ya kile wanaomba, atasamehe uovu wao na tena ataponya nchi yao. Kama hapana mtu aliye tayari kuomba hajalishi wameitwa kwa jina la Yesu lakini kule kuto kubali kuomba kutamfanya Mungu sikio lake lisisikie na jicho lake lisione. Kwa hiyo kama unataka Mungu aonekane katika mambo yako au kukusikia anza kuomba sasa.

Maombi ni ufunguo wa yasiyo wezekana.

Moja ya mambo yaliyo washangaza sana waanafunzi wa Yesu ni kuona mgojwa waliye mwombea sana hakupona **Mathayo17:14-18** "*Nao walipoufikia mkutano, mtu mmoja akamjia, akampigia magoti, akisema, Bwana, umrehemu mwanangu, kwa kuwa ana kifafa, na kuteswa vibaya; maana mara nyingi huanguka motoni, na mara nyingi majini. Nikamleta kwa wanafunzi wako, wasiweze kumponya. Yesu akajibu, akasema, Enyi kizazi kisichoamini, kilichopotoka, nitakaa pamoja nanyi hata lini? Nitachukuliana nanyi hata lini? Mleteni huku kwangu. Yesu akamkemea pepo, naye akamtoka; yule kijana akapona tangu saa ile*". Tukio hili lilivuta hisia za waanafunzi wake Yesu, wakawa na kiu ya kutaka kujua kuna siri gani katika uponyaji alioufanya Yesu kwa hiyo wakategea watu hawapo wakamwendea Yesu kwa siri wakamuliza Bwana mbona sisi hatukuweza kumtoa pepo?. Yesu alipo sikia swali hili aliwatazama waanafunzi wake kisha akawajibu jibu moja tu **Marko 9:29** "*Akawaambia, Namna hii haiwezi kutoka kwa neno lo lote, isipokuwa kwa kuomba*". Habari hii utakuta pia katika **Mathayo 17:21** "[*Lakini namna hii haitoki ila kwa kusali na kufunga.*]" Yesu aliwambia hawaombi alimanisha nini kusema hivyo?. Angalia si kwamba walipo kuwa wakikiemea Pepo walikuwa hawaombi hapana bali alimaanisha kuwa mfumo wao wa maisha haujajengwa katika msingi wa maombi, hivyo aliwataka wawe wanafanya mazoezi ya maombi kabla ya kuwa katika huduma ndiyo maana anahusisha kufunga katika **Mathayo 17:21.** Wanafunzi wake wasingeweza kufungua dakika chache walizokuwa katika huduma ya kutoa pepo saa ile na pia Yesu mwenyewe alipo mtimua pepo alikuwa hajafunga kwa hivyo ni wazi Yesu alimaanisha wawe na mfumo wa maombi na kufungua maishani mwako.

Pengine nieleze hili kwa njia mfano. Unapoona mchezaji anafanya vitu vyake vya ajabu uwanjani ujue wazi kabisa kuwa hajaanzia hapo kufanya hayo unayaona alianza kitambo kule mazoezinii akapata uzoefu, akapata hata jinsi ya kubalansi mwili wake asianguke na wakati mwingine humchukua muda mrefu sana kufikia hatua unayayo wewe uwanjani. Wakati wa mazoezi kuna vitu ambavyo mwili wake huvipata bila hata ya yeye kujua vimeingia saa ngapi na kimoja wapo ni stamina. Hivyo ndiyo Yesu alitaka tuwe watu wa mazoezi ya mara kwa mara katika maombi, kama vile mazoezini ya kule uwanjani yanamsaidia mchezaji kujifunza kuutawala mpira na kuumpa stamina mwilini mwake kadhalika unapojenga tabia ya kuwa mwombaji utu wako wa kiroho hupewa nguvu (stamina) ya jinsi ya kujitawala na kukupa ujuzi wa kiroho wa jinsi ya kushughulikia tatizo lililo mbele yako.

Maandiko yanatuambia kuwa Musa alipo kuwa akishuka toka mlima ambako alikuwa na mahojiano (maombi) na Mungu wake, naye sura yake ilikuwa inapokea ule mng'ao wa utukufu wa Mungu, ngozi ya uso wake Musa ikawa anang'aa. **Kutoka 34:35.** Kuna wakati pia Bwana wetu Yesu pia alipo kuwa katika kuomba utukufu wa Mungu ukamfunika na sura yake ikawa inang'aa sana. **Mathayo 17:2** "*akageuka sura yake mbele yao; uso wake ukang'aa kama jua, mavazi yake yakawa meupe kama nuru*". Mhimu ujue hili kuwa kila tunapoingia katika uwepo wa Bwana kuna vitu miili yetu ya nje na utu wetu wa ndani unapokea kutoka katika uwepo wa Mungu. Ni kwa kujua siri Daudi alisema katika **Zaburi27:4** kuwa "*Neno Moja nimelitaka kwa BWANA, Nalo ndilo nitakalolitafuta, Nikae nyumbani mwa BWANA Siku zote za maisha yangu, Niutazame uzuri wa BWANA, Na kutafakari hekaluni mwake*". Hallelujah!. Hebu tutazame mifano michache juu ya wazo hili.

Mfano wa kwanza.

Nimesema kwako habari za Nehemiah mwenye kiu sana ya kuujenga ukuta wa mji lakini haikuwa rahisi kwake hata kidogo kumbuka kuwa wakati huo Nehemiah alikuwa utumwani tena katika nyumba ya mfalme jambo lililofanya mazingira amabyo yalikuwa hayampi nafasi ya yeye kuondoka na kuanza kazi ya ujenzi hata kama angeliwa na fedha za kugharamia ukuta isingiwezekana kabisa. Nehemiah alingia kwenye maombi mazito sana na baada ya maombi yaleunaonakilichotokea. **Nehemia 2:1-2,5-6,8-9** "*Ikawa katika mwezi wa Nisani, mwaka wa ishirini wa mfalme Artashasta, na divai imewekwa mbele yake, nikaishika ile divai, nikampa mfalme. Nami mpaka sasa sikuwa na huzuni mbele ya mfalme wakati wo wote. Basi mfalme akaniambia, Mbona umesikitika uso wako, nawe huna ugonjwa? Nini hii, isipokuwa ni huzuni ya moyo? Ndipo nikaogopa sana. Nikamwambia mfalme, Mfalme akiona vema, na ikiwa mimi, mtumishi wako, nimepata kibali machoni pako, tafadhali unipeleke mpaka Yuda, niuendee mji wa makaburi ya baba zangu, nipate kuujenga. Mfalme akaniuliza, (malkia naye ameketi karibu naye), Safari yako itakuwa ya siku ngapi? Nawe utarudi lini? Hivyo mfalme akaona vema kunipeleka; nami nikampa muda. nipewe na waraka kwa Asafu, mwenye kuutunza mwitu wa mfalme, ili anipe miti ya kufanyizia boriti kwa malango ya ngome ya nyumba, na kwa ukuta wa mji; na kwa nyumba ile nitakayoingia mimi. Naye mfalme akanipa, kama mkono mwema wa Mungu wangu ulivyokuwa juu yangu. Ndipo nikafika kwa maliwali walio ng'ambo ya Mto, nikawapa hizo nyaraka za mfalme. Naye mfalme alikuwa amepeleka maakida wa jeshi lake na wapanda farasi pamoja nami*".

Mfano wa pili.

Tunapata pia jambo kama hili kwa mama yake Samuel ambaye alikuwa tasa **1 Samweli1:9-13** "*Ndipo Hana akainuka, walipokwisha kula na kunywa huko Shilo. Naye Eli, kuhani, alikuwa akiketi kitini pake penye mwimo wa hekalu la BWANA. Naye huyo mwanamke alikuwa na uchungu rohoni mwake, akamwomba BWANA akalia sana. Akaweka* *nadhiri, akasema, Ee BWANA wa majeshi, ikiwa wewe utaliangalia teso la mjakazi wako, na kunikumbuka, wala usinisahau mimi mjakazi wako, na kunipa mimi mjakazi wako mtoto mume, ndipo mimi nitakapompa BWANA huyo mtoto siku zote za maisha yake, wala wembe hautamfikilia kichwani kamwe. Ikawaawa, hapo alipodumu kuomba mbele za BWANA, Eli akamwangalia kinywa chake. Basi alikuwa akinena moyoni mwake; midomo yake tu ilionekana kama anena, sauti yake isisikiwe; kwa hiyo huyo Eli alimdhania kuwa amelewa."* Huyu mama alipoona tatizo lake halina ufumbuzi alihamia hekaluni alilia kwa uchungu hata ikafika mahali sauti yake ikawa haitoki bali moyoni hakukoma kuomba mpaka kuhani akawa na wasiwasi kabisa kama kweli huyu mama anaomba Biblia inasema akamdhania ni mlevi. Ni maombi haya ndiyo yaliyo futa utasa wake ulio kuwa kwa muda wa miaka mingi Samuel akazaliwa haleluya!.

Mifano ni mingi sana inayoonyeaha uwezo wa ufunguo wa maombi katika kuyashughulikia matatizo sungu na muda na nafsi haitoshi kabisa kuelezea yote hapa nakupa shauri itafuta ndani ya Biblia yako uisome kwa utulivu itakusaidia sana kujenga imani juu ya maombi na uwezo wake.

Si rahisi kwangu kujua unekwama wapi lakini ninloweza kukuanbia ni kuuwa ipo nguvu ya ajabu iwezayo kukuvusha mahali umekwama bila kujali muda gani unekwama hapo bado inawezekana kabisa ukatoka lililo mhimu omba tena kwa bidii utavuka.

Funika macho yako. Baba yetu wa mbinguni, kwa jina la Yesu, asante kwa kila mtu ambaye umempa neema ya kusoma kitabu hiki hasa katika somo la leo hii ambalo tumejifunza vitu vya ajabu machoni mwetu. Nami ninaomba kwamba utatuwezesha sisi sote kutekeleza yale tuliyojifunza ili kusoma kwetu kusiwe kupoteza muda bali kuwe sababu ya kujua jinsi upendo wako ulivyo mkubwa na siri ya wokovu ambayo unewaficha wenye hekima na matajiri wa ulimwengu huu ukaona vema kutufunulia sisi watoto wadogo. kwa jina la Yesu naharibu kazi zote za giza juu ya mtu huyu ambaye ameliamini neno lako, tangu leo hakuna silaha kutoka kuzimu itakayokuja juu yake itafanikiwa kumwangamiza. Baba naomba malaika wako amlinde kila mahali, ili kila jambo litakalo inuka juu yake ambalo ni kinyume na kusudi lako kwake, malaika mwenye upanga wa moto alishughurikie mara moja. Kwa jina la Yesu tukufu sana nimeomba haya yote. Ameni.

SIKU YA KUMI NA MOJA

Somo la kumi moja: kuchunguza kama Maombi yetu yanajibiwa na Mungu.

Ikiwa kwako ni mara ya kwanza kitabu hiki kufika mkononi mwako na ukajikuta umefungua sura hii nikupe hongera, kwa mhitasari somo limejikita kwenye maada inayosema Kwa nini tunamwomba Mungu? Na katika siku ya leo tutaangaria kipengere hiki Je maombi tuombayo kwa Mungu hujibiwa?.

Swali hili ni swali mhimu kujua jibu lake sahihi kuhusu maombi tuombayo kwa Baba yetu aliye hai. Binafsi ukiniuliza swali hili jibu langu bila kusita nitakujibu ndiyo yanajibiwa hii kwa sababu maandiko hufundisha kuwa Mungu anajibu maombi ya watu wake. **Yeremia 33:3** "*Niite, nami nitakuitikia, nami nitakuonyesha mambo makubwa, magumu usiyoyajua*". Kwa hiyo tukimwita Mungu wetu ni mwema sana anatuikia wakati wote. **Luka 11:13**" *Basi, ikiwa ninyi mlio waovu mnajua kuwapa watoto wenu vipawa vyema, je! Baba aliye mbinguni hatazidi sana kuwapa Roho Mtakatifu hao wamwombao?*". Tazama pia kitabu cha **Mathayo 7:7** imeandikwa "*Ombeni, nanyi mtapewa; tafuteni, nanyi mtaona; bisheni, nanyi mtafunguliwa*".

Mistari hii yote inadhitisha kuwa Mungu anajibu maombi siku zote hii ndiyo habari njema sana tena ni hakika kwangu kuwa Mungu anayeabudiwa katika kristo Yesu anajibu maombi kwa kuwa yeye si kama miungu mingine ambayo ni kazi ya mikono ya wanadamu amabayo ina masikio lakini haiwezi kusikia,ina macho lakini hauoni, tunajifunza juu ya uwezo huu wa Mungu kupitia mistari kama hii ya **Zaburi 115:3-8** *"Lakini Mungu wetu yuko mbinguni, Alitakalo lote amelitenda. Sanamu zao ni fedha na dhahabu, Kazi ya mikono ya wanadamu. Zinana vinywa lakini hazisemi, Zina macho lakini hazioni, zina masikio lakini hazisikii, zina pua lakini hazisikii harufu, Mikono lakini hazishiki, miguu lakini haziendi, Wala hazitoi sauti kwa koo zake. Wazifanyaoifanyao watafanana nazo, Kila mmoja anayezitumainia".*

Mfalme Daudi aliwashangaa sana walio na wasiwasi juu ya uwezo wa Mungu kusikia na kuona mateso ya wateule wake na hata yote yanayondelea duniani anahoji akisiema. **Zaburi 94:7-9** *"Nao husema, BWANA haoni; Mungu wa Yakobo hafikiri. Enyiyi wajinga miongoni mwa watu, fikirini; Enyi wapumbavu, lini mtakapopata akili? Aliyelitia sikio mahali pake asisikie? Aliyelifanya jicho asione?".* Yaani hapo hata mimi namshangaa sana mwanadamu yaani sikio lake limebuniwa na Mungu halafu tunasema eti yeye aliyelitia hilo sikio mahali pake hasiki, duuh hii ni ajabu!.

Sikia mtu wa Mungu nikuondoe wasiwasi wako Mungu anasikia maombi yako uombayo tena jicho lake linakutazama usiku na mchana anajua sana maumivu yako kuliko hata wewe mwenyewe unavyo jijua kwa hiyo usisikie hiyo sauti inakuambia Mungu hakusikii ni uongo wa adui tu ukweli ni kuwa yeye anakusikia na anajali sana mahitaji yako, kumbuka yeye huwa hawi mbali na kila mmoja wetu (**Matendoya Mitume 17:27** "ili wamtafute Mu*ngu, ingawa ni kwa kupapasa-papasa, wakamwone, ijapokuwa hawi mbali na kila mmoja wetu").* Lililo mhimu kwako ni kuhakikisha kila wakati unaishi maisha ya utakatifu maisha ya toba hii ni kwa sababu Biblia inatuambia **Isaya 59:2** *"lakini maovu yenu yamewafarikisha ninyi na Mungu wenu, na dhambi zenu zimeuficha uso wake msiuone, hata hataki kusikia".* Dhambi zetu ndizo sumu ya Maombi yetu kwa Mungu

Majibu ya Mungu.

Siku zote unapoomba Mungu tegemea kujibiwa na siku zote majibu ya Mungu kwako yatakuwa kati ya haya matatu:

Ndiyo nitakupa,

Hili ndilo jibu kwa kila aombaye anategemea kupewa na Mungu, si mara moja bali mara nyingi tu Mungu ametoa jibu la jinsi hii kwa waja wake, kwa mfano ukisoma habari za Yabesi ambaye alimwomba Mungu juu ya maisha yake alipewa jibu hili. **1 Mambo ya Nyakati 4:10** "*Huyo Yabesi akamlingana Mungu wa Israeli, akisema, Lau kwamba ungenibarikia kweli kweli, na kunizidishia hozi yangu, na mkono wako ungekuwa pamoja nami, nawe ungenilinda na uovu, ili usiwe kwa huzuni yangu! Naye Mungu akamjalia hayo aliyoyaomba.*" Si Yabesi pekee yake hapana wengi tuu ambao walipewa jibu la ndiyo kwa yale waliomba Mungu awatendee, ni jibu zuri sana kwake aombaye na linatujengea ujasiri mkubwa sana na imani dhabiti kwa Mungu wetu na pia furaha yetu katika Kristo huongea sana. Ninaloweza kusema kwa uzoefu wangu katika maombi nililo jifunza ni kuwa ni jambo la kuvunja sana moyo kuona unamwomba Mungu, halafu yeye hakujibu amekaa kimya kwa kweli tunavunjika moyo. Naamini kwa wale wanokuwa wakifanya huduma za maombezi wananielewa vema katika hili maana ina kera au kuumiza sana kuona unaomba kwa nguvu zako zote na imani yako yote umewekeza hapo lakni unakuta Pepo likionyesha dharau za wazi kwa kukucheka. Nikitafakari hili ninapata kujua hali aliyo kuwa nayo Sauli alipomumba Mungu na Mungu akanyamaza kimya. **1 Samweli 28:15** "*Ndipo Samweli akamwambia Sauli, Mbona umenitaabisha mimi, hata kunipandisha juu? Sauli akajibu, Mimi nimetaabika sana; kwa kuwa hao Wafilisti wananifanyia vita, naye Mungu ameniacha; hanijibu tena, wala kwa manabii, wala kwa ndoto; kwa hiyo nimekuita wewe, ili wewe unijulishe nifanyeje*".

Hapa tunaona kuwa kwa maelezo yake Sauli aliamua kwenda kwa wapunga Pepo kwa vile Mungu alinyamaza kimya hakumjibu siku ya msiba wake Sauli. Je unapokuwa na hali kama hii aliyokuwa nayo Sauli ufanyaje, unaenda kwa wapunga Pepo kama Sauli?, je mwenzitu unafanyeje hapo?. Tutalijadili swali hili sura zinazokuja.

Hapana sitakupa

Hilini jibu ambalo waombaji wengi hawatarajii kupewa na wanapopewa jibu la na namna hii mara moja humwona shetani, mimi nakumbia pia tegemea kukutana nalo kwani unaweza kupewa na Mungu jibu kama hili ukiomba kwa Mungu wetu. Kutokana na hekima yake na uweza wake mkuu aweza kukuanbia hapana sitakupa.

Mfano mmoja wapo ni huu tunao upata katika **Kumbukumbu la Torati 3:25-26** "*Nami nakuomba nivuke, nikaione hiyo nchi nzuri iliyoko ng'ambo ya Jordani, mlima ule mzuri, na Lebanoni. Lakini BWANA alikuwa amenikasirikia kwa ajili yenu, asinisikize; BWANA akaniambia, Na ikutoshe, usinene nami zaidi jambo hili*".

Musa alikuwa akiomba toba kwa Mungu wake ili apate neema ya kuingia nchi ya ahadi baada ya kumkosa Mungu katika maji ya Meriba, ambapo Mungu aliwambia Musa na ndugu yake Haruni kuwa hawataigia nchi ya ahadi. Lakini unaona Mungu alicho mjibu Musa. Ukifuatilia habari hii utaona ya kuwa Musa hakuingia nchi ya ahadi sawa na neno la Mungu, Naweza kusema kwa ujasiri kabisa kuwa Musa alijibiwa na Mungu hapana au maombi ya Musa yalikataliwa.

Hebu cheki Mfano mwingine huu wa **Mathayo 20:21** "*Akamwambia, Wataka nini? Akamwambia, Agiza kwamba hawa wanangu wawili waketi mmoja mkono wako wa kuume, na mmoja mkono wako wa kushoto, katika ufalme wako.*" Hili lilikuwa ombi la hawa ndugu walitamani sana kuwa na Yesu karibu mpaka wakaomba kuwa wapewe kibali cha kuwa na hati miliki ya kukaa mmoja kushoto kwa Yesu na mwingine kulia kwa Yesu katika ufalme wake. Binafsi sijui sana kwa nini walifikia hatua ya kuomba ombi la namna hii lakini kila mara nisomapo mstari huu najifunza umhimu wa kuomba chini ya uongozi wa Roho Mtakatifu. Hebu ona jibu walilopewa hawa ndugu na Bwana Yesu **Mathayo 20:21,23** *"Akamwambia, Wataka nini? Akamwambia, Agiza kwamba hawa wanangu wawili waketi mmoja mkono wako wa kuume, na mmoja mkono wako wa kushoto, katika ufalme wako. Akawaambia, Hakika mtakinywea kikombe changu; lakini kuketi mkono wangu wa kuume na mkono wangu wa kushoto, sina amri kuwapa, bali watapewa waliowekewa tayari na Baba yangu".*Ona hili ya kwamba ombi lao lilikataliwa na Yesu, kwa hiyo usifikiri tu kuwa kwa sababu ya ahadi ya kuomba lolote basi utakuwa unapewa hapana haviendi namna hiyo si kila uombalo utapewa ni lazima hilo ombi liwe katika mapenzi ya Mungu kwako na sio liwe katika mapenzi yako.

Nitaekueleza huko mbele lakini nataka hapa ujue pia kuwa unaweza ukaomba jambo na Mungu akakataa, Nataka nikupe angalizo kuwa ikiwa wewe utazidi kung'amg'ania upewe unacho taka ili hali Mungu amekataa basi ujue pia kuwa Mungu anaweza kukupa unacho mlazimisha akupe, lakini ujue kuwa hilo jambo halitaweza kuwa na baraka kwako hivyo uwe mwangalifu sana juu jibu hili, ikiwa umepewa jibu la nanna hii usijaribu kulazimisha lije tofauti na hapo itakugharimu sana. kumbuka kwamaba yeye ana mawazo ya amani na wewe hivyo akikataa ni kwa sababu anakupenda na hataki ujute ingawa ufahamu wako utaona amekuonea lakini ukweli ni kuwa amezuia hilo jambo usipate ana sababu zake zilizo bora kuliko zako.

Wana wa Mzee Yakobo walilazimika kupita jangwani, tumeambiwa kuwa walitumia karibu miaka arobani (40) njiani kufika katika nchi ya ahadi, wakati kuna njia fupi amabayo wangeza kupita hiyo ingewachukua pengine wiki moja tu kufika nchi ya ahadi, naamini hata wao hawakujua kwa nini iwe hivyo na pengine waliona Mungu kawaonea. Kama utamuliza Mungu ni kwa nini alifanya hivyo lazima utakujibiwa kuwa sababu nilikuwa nawepusha wanaisrael na vita, si ndivyo alivyosema mwenyewe kupitia kitabu cha. **Kutoka 13:17-18** *"Ilikuwa hapo Farao alipokwisha kuwaacha watu hao waende zao,*

Mungu hakuwaongoza kwa njia ya nchi ya Wafilisti, ijapokuwa ilikuwa ni ya karibu; maana Mungu alisema, Wasije wakaghairi watu hawa hapo watakapokutana na vita, na kurudi Misri;lakini Mungu akawazungusha hao watu kwa njia ya bara kando ya Bahari ya Shamu; wana wa Israeli wakakwea kutoka nchi ya Misri hali wamevaa silaha".

Naomba nikuache na swali hili ukitafakari ndani yako, wakati Mungu anasema alikuwa akiwaepusha wana Israel na vita, swali linakuja vita ipi maana tayari wana Israel walikuwa wamevaa siraha tayari. Kama wasinge kuwa na siraha ilikuwa rahisi kumwelewa Mungu hapa lengo lake kuwaepusha na vita lakini sasa siraha wailikuwa nazo na yeye mwenyewe aliwaongoza sasa je ni vita ipi aliyo kuwa anawepusha? Tena nzuri zaidi ni kuwa Mungu mwenye alikuwa pamoja nao je hapa Mungu aliona mkono wake hauwezi kuwapigania watu wake. Ukifuatilia sana utaona kuwa Israeli walipigana sana vita safari yao yote. Binafsi Naamini vita inayosema hapa haikuwa vita ya mkuki tuijuayo kuna siri kubwa hapa........

Ushuhuda.

Nakumbuka wakati nimeomba nafsi ya kusoma ngazi ya diploma sikuwa na fedha za kutosha kulipia masomo yangu hivyo nikalazimika kuomba mkopo wakati huo diploma tulikuwa tunapewa mkopo. Tulio tuna maombi tulikuwa watatu na mimi ndiye niliyetoa wazo la kuandika barua kupitia mkuu wa chuo. Ajabu majibu yalipotoka wenzangu walipata mkopo mimi sikupata. Kwa kweli nilalamika sana kiasi kwamba uhusiano wangu na Mungu ulilegalega sana.

Namshukuru Mungu kuwa kwa shida nilimalza masomo yangu kwani Mungu aliniinulia watu walio changia gharama za masomo. Baada ya mwaka mmja nikirudi chuoni hapo kusoma shahada yangu ya kwanza katika mambo ya Electronics and Telecommunication Engineering. Safari hii nikiwa na vigezo bora zaidi vya kupata mkopo niliomba tena kupitia bodi ya mikopo ya waanafunzi kadhalika sikupata hasira zangu zikawa zinazidi kuongezeka juu ya Mungu lakini jambo moja mhimu ni kuwa sikuacha kumwomba Mungu na kwa kweli niliuona uweza wake katika hatua hii kwani Mungu aliniinulia tena watu wa kunilipia ada na mambo mengine mpaka nikamaliza chuo.

Miaka mitano baadaye nilikutuna na mmoja wa rafiki zangu niliyesoma naye nilishangaa aliponisimulia ugumu wa maisha hali yeye yupo kazini tena kampuni kubwa, nikamuuliza kwanini useme maisha magumu?.Aliniambia kuwa ule mkopo waliochukua wakati tunasoma riba pamoja na faini ya kuchelewa kulipa imefiki milion ishirini na moja (21 milion). Kwa hiyo akasema mshahara wote unaishia kwenye deni. Nilisikitika sana kusikia haya.

Usiku ulle nikiwa katika maombi Roho Mtakatifu alinisemesha neno alisema "Samuel sikukupa mkopo kwa sababu nakupenda sana badala yake nilikuletea watu wa kukusaidia japo wewe ulinikasirikia sana, tazama sasa una miaka mitano huna ajira maaalumu je ungelipaje hilo deni nani angelipa hakika ungekuwa jela wewe miimi nilijua yaliyo mbele yako nikazuia mkopo usipate nakupenda mwangu".

Oooh Mungu wangu nisamehe sikujua mimi mipango yako na mawazo yako juu yangu nirehemu eeh Bwana wangu, ghafla nikasikia ananiambia "mawazo yangu si mawazo yako na akili zangu zi juu sana kuliko zako kwa hiyo niamini mimi nina mawazo bora juu yako". Tangu siku hiyo nimejifunza kumwambia Mungu asante hata kama nililoomba hajanipa anabaki kuwa Mungu.

Subiri.

Hili nalo ni moja ya majibu unaweza kupewa toka kwa Mungu ukiomba. Najua unashangaa kukuambia haya lakini nataka niweke mifano michache kutoka manual book ya kiroho (biblia) itakayo tusaidia kutafakari jibu la namna hii.

Ukisoma kitabu cha **Yohana 11:1-16** utakutana na Mariam na nduguye Matha, hawa wapeleka ujumbe kwa Yesu kuomba msaada wa uponyaji maana ndugu yao hawezi na hali yake ilikuwa mbaya. Biblia haitupi jibu gani Yesu aliwapa wale wajumbe, binafsi naamini aliwambia wasubiri au wakawaambie akina Mariamu wasubiri kwa sababu Yesu hakuungana na wale wajumbe walio leta tarifa bali yeye aliendelea na huduma zingine. Biblia inasema baada ya siku mbili ndipo aliamua kurudi uyahudi huku akijua wazi yule mgonjwa amekwisha kufa.

Naweza kusema Yesu alinyamaza kimya makusudi ili kifo cha Razalo kitokee kwanza kusudi Mungu apate kutukuzwa kupitia kifo kile. Angalia anasema **Yohana 11:4** "*Naye Yesu aliposikia, alisema, Ugonjwa huu si wa mauti, bali ni kwa ajili ya utukufu wa Mungu, ili Mwana wa Mungu atukuzwe kwa huo*". Lakini akina Matha hawakujua hili kabisa. Kuna wakati Mungu anaruhusu mambo yatokee kwetu si kwa sababu hawezi kuyazungumzia au kuyazuia yasitokee hapana bali anataka kuonyesha uwezo wake na mamlaka yake kusudi wote wanao kuzunguka wajue yuko Mungu anaye tawala falme na mataifa yote.

Najaribu kukaa mahali au kuvaa uhusika wa akina Mariamu kuwa walijisikiaje kuona rafiki yao hakujali juu ya hitaji lao juu kaka yao, hali yao ya kiroho ilikuwaje walipoona kaka yao akizikwa na wanajua kabisa kuwa Yesu anajua juu ya tukio hili. Kumbuka Yesu alikuwa rafiki mkubwa wa familia hii. Usisahau ya kuwa walikuwa na imani kabisa kuwa Yesu akija na kuomba kaka yao atapona ndiyo maana unaona baada ya kuja Yesu Matha amwambia Yesu ungekuwepo angepona kwa hiyo walikuwa na imani ndani yao.

Tusome pia mistari hii. **Habakuki 1:2-3** "Ee BWANA, nilie hata lini, *wewe usitake kusikia? Nakulilia kwa sababu ya udhalimu, ila hutaki kuokoa. Mbona wanionyesha uovu, na kunitazamisha ukaidi? Maana uharibifu na udhalimu u mbele yangu; kuna ugomvi, na mashindano". Inaonyesha Habakuki alimlilia Mungu kwa muda mrefu maana anasema "nilie hata lini wewe ustake kusikia*?". Ukilitazama hili swali Habakuki alikuwa anauliza akiwa katika maombi na msingi wa swali lake ni kwa nini Mungu amenyamaza juu ya maombi yake ambapo alikuwa anamtaka Mungu auondoe udhalimu katika jamii yake. Sura ya inayofuata inatuambia kile Mungu alimjibu Habakuki.

Habakuki 2:1-3 "*Mimi nitasimama katika zamu yangu, nitajiweka juu ya mnara, nitaangalia ili nione atakaloniambia, na jinsi nitakavyojibu katika habari ya kulalamika kwangu. Bwana akanijibu, akasema, Iandike njozi ukaifanye iwe wazi sana katika vibao, ili aisomaye apate kuisoma kama maji. Maana njozi hii bado ni kwa wakati ulioamriwa, inafanya haraka ili kuufikilia mwisho wake, wala haitasema uongo; ijapokawia, ingojee; kwa kuwa haina budi kuja, haitakawia".* Linalo nifurahisha kwa Habakuki ni kuwa pamoja na Mungu kunyamaza Habakuki hakuacha kuomba. Unaona mstari wa kwanza akisema "nitasimama katika zamu yangu", na alikuwa na malengo mawili moja ajue jinsi Mungu anavyo mjibu hii ina maana kuwa alikuwa hana mpango wa kuendelea kulalamika bali alitaka utulivu zaidi kusudi asikie toka kwa Bwana. Jambo la pili ni kuwa Habakuki alikuwa anaangalia jinsi gani atamjibu Mungu katika jibu atakalopewa.

Habakuki 2:2-3 "*BWANA akanijibu, akasema, Iandike njozi ukaifanye iwe wazi sana katika vibao, ili aisomaye apate kuisoma kama mmaji Maana njozi hii bado ni kwa wakati ulioamriwa, inafanya* *haraka ili kuufikilia mwisho wake, wala haitasema uongo; ijapokawia, ingojee; kwa kuwa haina budi kuja, haitakawia.".*

Hamu yake kubwa Habakuki ni kuona Mungu anaingilia kati juu ya tatizo alilokuwa nalo yeye na jamii yake la kutoka katika mateso lakini unaona jibu la Mungu hapa alimwambia Habakuki kuwa nimesikia maombi yako Habakuki lakini imekupasa kusubiri kwa kuwa bado kitambo kidogo nitatenda sawa na ombi lako lakini uwe mvumilivu kusubiri ijapokuwa litachelewa wewe subiri tu. Kwa kumsaidia akamwambia aiandike ile ndoto kusudi ikitokea amesahau apate kuisoma tena si yeye tu bali na wote wanaosubiri ukombozi wake Mungu wajikumbushe juu ya jibu la Mungu kwa kuisoma ndoto ile na kuielewa. Inawezekana Mungu asikupe jibu mara uombapo kwa sababu kadha na moja wapo ni hili amesema hapa kuwa asubiri bado kitambo kidogo, ina maana jibu hili lilikuwa linasubiri muda ufike lipate kutimia.

Kulingana mstari huu Mungu hakumjibu Habakuki inawezekana ni kwa sababu Habakuki alikuwa analalama sana mbele za Mungu mpaka alipoamua kuwa na utulivu. Pia uelewa wake Habakuki ulikuwa bado hauwezi kuelewa sababu ya Mungu kunyamaza (**Habakuki 1:5**"*.... kwa maana mimi natenda tendo siku zenu, ambalo hamtaliamini hata mkiambiwa*") na pia inawezekana kabisa kuwa muda ambao Mungu alikusudia kukomesha dhuluma katika taifa lile ulikuwa bado na ndiyo maana alimwambia Habakuki asubiri kwani ile ndoto (jibu) inafanya haraka kuja haita kawia kuja lakini asubiri.

Inawezekana hata wewe hapo umepewa jibu la namna hiyo kuwa subiri, endelea kusubiri jibu lako linafanya haraka kuja kwako kwani ni kwa wakati wake litakujia kwa hiyo dumu katika kumshukuru Mungu wako.

Somo tulilokuwa nalo kupitia siku hii ya leo limefika mwisho, lakini kabla sijashuka madhabahuni nataka kukuuliza swali. Sijui ikiwa unajua umuhimu wa Roho Mtakatifu katika maisha yako sijui. Lakini unapaswa kujua kuwa unamhitaji Roho Mtakatifu sana ili uweze kusali na kufanya huduma zingine za kiroho vinginevyo itakuwa vigumu kwako kufikia mafanikio ya kiroho au kimwili kwa sababu pasipo juyo Roho Mtakatifu utakuwa na mafanikio kidogo au hakuna kabisa. Kumbuka kwamba Yesu hakutaka wanafunzi wake waendeleze huduma yake bila kupokea nguvu ya Roho Mtakatifu, ninaamini alijua hatari ya kufanya huduma bila uwepo wa Roho Mtakatifu. Ok muda hautoshi kuelezea juu ya Roho Mtakatifu lakini jaribu kupata mafundisho ya kweli juu ya Roho Mtakatifu. Ninataka niombe pamoja nawe sasa ili Roho Mtakatifu akujilie na nguvu zake, Ikiwa uko tayari tafadhali inua mikono yako kama ishara ya nia ya dhati ya kumpokea Roho Mtakatifu. Hebu tuombe.

Kwa unyenyekevu mkubwa, Baba wa Mbinguni wa Bwana wetu Yesu kristo, nakuja mbele zako kwa ajili ya ndugu huyu ambaye leo anataka kupokea nguvu ya Roho Mtakatifu ili aweze kukuzalia matunda katika utumishi wake, Imanueli Mungu pamoja nasi. ulijua hatari ya kutaka sisi tuzae matunda ya kiroho wakati hatuna Roho wako ndio maana uliomba kwa Baba mbinguni ili Roho Mtakatifu aje kwetu. Ninaomba kupitia nguvu zako za ajabu uumpe ndugu huyu zawadi ya Roho wako. kwa jina lako Yesu takatifu sana nimeomba. Amina, na Mungu atukutanishe tena siku ijayo usisahau kumjulisha na mwenako juu ya semina hii.

SIKU YA KUMI NA MBILI

Somo la kumi na mbili: Kwanini niambiwe nisuniri jibu la maombi yangu.

Bwana Yesu asifiwe!. Asante kwako uliyeamua kusikilikiana nami katika somo hili siku ya leo, natambua umhimu wa muda wako huu na hii ni sababu inyonifanya kila wakati nimlilie Mungu kwa ajili yako ili kupitia saa hii upate faida. Ikiwa nawe una hamu ya kuwekeza kwa Bwana karibu tuombe. Mungu Baba mwenye uweza wote leo tena mimi na ndugu yangu huyu tumekuja kwako mioyo yetu ina kiu ya kusikia neno lako. Tujalie neema ya kukaribia nyunbani mwako kusudi tuutazame uzuri wako kupitia saa hii ya kujifunza somo hili, tufundishe BWANA. Ameni

Najua una swali ndani yako la kwa nini Mungu akuambie subiri, si jambo jepesi kujua kwa nini lakini lililo muhimu kujua ni kuwa ana sababu zake za msingi kutaka usubiri kwanza. Habakuki alimwambia kuwa asubiri kwa kuwa ndoto ile inafanya haraka kuja maana njozi hii bado ni kwa wakati wake, kumbe ndani ya jibu ambalo Mungu anakupa kuna swala muda. Unaweza ukaomba jambo sawa kabisa na mpango wa Mungu maishani mwako lakini ukawa nje ya muda uliopangwa na Mungu ili akupe hilo jambo utaambiwa subiri muda wake ufike ndipo upewe.Kumbuka saa ya Mungu si yako ya kwake ni saa ya ajabu sana maana yeye hawahi wala hachelewi, saa yake ni kamili (Perfect)

Watu wengi wanaitazama dunia badala ya kutazama Mungu wao, siku hizi utasikia fanya hiki mara hiki usije ukachelewa maisha, unamuliza unakufa lini anajibu sijui. Haah inakuaje basi umechelewa ikiwa hujui saa ya yako ya kuondoka. Kwa mfano nikijua gari linaondoka saa moja ndipo naweza kusema ninachelewa ninapoona saa kumi na mbili imefika bado sinajajiandaa kwa kuwa saa ikifika gari itaniacha, sasa ikiwa hujui saa unawezaje kujua umechelewa?. Sikia mtu wa Mungu, Mungu huwa ndiye anajua saa yako hivyo acha kufanya mambo kwa mkumbo fanya lile Mungu anakupa kulifanya kwa sababu ndani yake lina muda sahihi kwako, ishi wewe kama wewe usiishi kama flani kwa kuwa wewe sio photocopy hata ukaiga maisha ya mwingine hapana wewe ni original kabisa, na ujue hili ya kuwa maisha si mtihani wa darasani hata uigilizie majibu ya maisha yako kwa mwingine, kumbuka majibu hayafanani kila mtu ana karatasi (question paper) yake ya maswali na maswali hayafanani.

Tunajifunza kuwa mzee Daudi alipakwa mafuta akiwa kijana mdogo kabisa mchunga kondoo lakini ukisoma biblia yako inaonyesha kuwa ilimchukua karibu miaka kumi na mitano kuwa mfalme wa Israeili, angalia muda wote huu ilimlazimu kusubiri saa ya Bwana awe mfalme. Daudi katika kusubiri kwake alipitia mambo magumu sana ikiwa ni pamoja na kuwindwa na Sauli kama mtu awindavyo ndege wa angani, Daudi hakuweza tena kukaa nyumbani mwake kisa ufalme si kwa sababu alikuwa na kosa hapana bali ni kwa sababu ambazo Mungu mwenyewe anajua maana angeweza kumtangaza Daudi kuwa mfalme juu ya Israel siku ileile alipopakwa mafuta. Umri wa Daudi haikuwa sababu ya Mungu kuto mtangaza Daudi kuwa mfalme kumbuka Manase alianza kutawala akiwa na umri wa miaka kumi ma miwili (**2Wafalme 21:1** "*Manase alikuwa na umri wa miaka kumi na miwili alipoanza kutawala; akatawala miaka hamsini na mitano katika Yerusalemu, na jina la mamaye aliitwa Hefziba*".) Hivyo angeweza kabisa kumtaganza Daudi awe mfalme lakini unaona Mungu hakufanya hivyo, akisubiri muda sahihi.

Mwanzo 17:2 – 5 inatueleza kuwa Yusuphu aliota ndoto alipokuwa na umri wa miaka kumi na saba (17) na ile ndoto ilitimia kwake Yusuphu akiwa na miaka thelathini (**Mwanzo 41:46**). Ukipiga mahesabu vizuri utaona kuwa ilimchukua Yusuphu miaka takribani kumi na mitatu (13) kuifikia ile ndoto aliyoonyeshwa na Mungu. Kipindi hiki chote hakikuwa chepesi kwake hata kidogo kilikuwa kigumu chenye majonzi makuu kwake, kumbuka alisalitiwa na ndugu zake, alifanyiwa fitina na mkewe Potifa, akatupwa gerezani na Potifa, akazushiwa kifo na ndugu zake na ukweli katika hayo yote hakuna lolote alilofanya baya lililo pelekea apitie maisha hayo bali biblia inasema kuwa ni ile ahadi ya Bwana ilimtesa (**Zaburi 105: 19**).

Mtazame mzee wetu Ibrahim ambaye aliahidiwa na Mungu kupewa mtoto wa kiume awe mrithi wake, unaweza kuipata habari hizi katika **Mwanzo 12:7** na sura zingine zinazofuata zina ahadi hizi kwa Ibrahim. Ilichukua miaka mingine mingi karibia miaka thelathini (30) ahadi hii kutimia. Kutokana na umri wao kwa kweli tungetemea Sarah ajifunue kwa shida kubwa mtoto huyu wa ahadi lakini kinyume chake alijifungua kama binti mdogo pasipo shida kabisa. Hii ni kinyume cha sayansi maana kwa muujibu wa sayansi muda wa kuzaa ukipita sana basi utazaa watoto wenye ulemavu au utapata shida kubwa wakati wa kujifungua ikiwe wewe ni mwanamke lakini kwa Ibrahim na mkwe Sarah ambao walikuwa ni wazee sana ikawa tofauti kabisa wakazaa mtoto mwenye afya bora.

Ninachotamani ujue kupitia vifungu vya maandiko haya nilivyo kuwekea hapo juu ni kuwa kupindi cha kusubiria jibu lako toka kwa Mungu si chepesi kabisa, hiki ni kipindi kigumu mno na wengi wameshindwa kuvuka hapo kwa sababu ya vikwazo vigumu sana vinavyoinuka kipindi hiki. Hiki ni kipindi unacho hitaji sana imani ya kusubiri majibu ndani yako ikusaidie kumwona Mungu ndani ya kipindj hiki ili usipoteze mwelekeo wako. Kwa hiyo ukiona kuna vita kali sana wakati huu wa kusubiria jibu lako usije ukafikiri jibu lako limepotea njiani hapana bado lipo lifanya haraka kukujia uwe mwaminifu tu kwa Mungu utapata

Mpendwa msomaji mifano ni mingi na pengine hata kuisoma yote isiwe jambo la ajabu lakini lengo langu kukuonyesha mifano hiyo michache ni kutaka ujue kuwa ombi lako linaweza kusubirishwa au majibu yake yakachelewa sasa haina maana kuwa Mungu hajaliona hitaji lako au hajajibu limejibiwa lakini saa ya wewe kupokea haijafika au Mungu mwenyewe ana sababu nyingine ya kufanya uendelee kusubiri, kwa hiyo usife moyo kabisa kwani utapata ulilooomba. Ujue si wa kwanza wewe kusubiri kuna baba na mama zetu wa imani nao walisubiri kama unavyo subiri sasa wakapata walicho omba, Daudi anatupa ushauri katika**Zaburi 27:14**kwa kusema"*Umngoje BWANA, uwe hodari, Upige moyo konde, naam, umngoje BWANA".* Endelea kumngoja Bwana tu nawe utapata.

Unafanya nini wakati wa kusubiri au jibu lako limekataliwa? Ndiyo nakuuliza swali hili unafanyaje au unafanya nini nikiwa na maana kwamba ikiwa Mungu amekuambia subiri huo muda wa kusubiria wewe unafanya nini au ikiwa Mungu amekataa ombi lako je unachukua maamuzi gani?. Ok naomba nikusaidie kujibu swali hili kwa kukupa ushauri.

Ikiwa Mungu amekuambia subiri basi huo muda wa kusubiria jibu lako la maombi sio muda wa wewe kukaa tuu hapana ni muda wa muhimu sana kwako kubaki katika maombi, si maombi ya kutaka upewe hapana bali sasa ni maombi ya shukurani kwa Mungu wako aliye kuahidi jibu lako, wengi waneyaita maombi ya kuatamia,(kuku anatania mayai yake mpaka atoe vifaranga). Tunajifunza jambo kama hili kwa kutazama ndugu yetu Habakuki. Ukifuatilia Habakuki alipoambiwa asubiri unaona hakuacha kuomba bali alibadili mfumo wake wa kuomba kutoka kulalamika mpaka kuwa shukran. Hebu tusome pamoja **Habakuki 3:17-19** "*Maana mtini hautachanua maua, Wala mizabibuni hamtakuwa na matunda; Taabu ya mzeituni itakuwa bure, Na mashamba hayatatoa chakula; Zizini hamtakuwa na kundi,*

Wala vibandani hamtakuwa na kundi la ng'ombe; walakini nitamfurahia BWANA Nitamshangilia Mungu wa wokovu wangu. YEHOVA aliye BWANA, ni nguvu zangu, Yeye huifanya miguu yangu kuwa kama ya kulungu, Naye ataniendesha katika mahali pangu palipoinuka". Hallow!. Ni mamneno mazito mno hayo. Habakkuk anasema haijalishi zizini kutakosekana mifugo,shambani hakuna mazao yeye atamshangilia YEHOVA.

Kama nilivyoeleza kuwa ndani ya kipindi hiki kuna changamoto nyingi sana. Kwa hiyo ni vena kama utatumia kipindi hiki kuoomba ulizinzi na hekima ya Mungu iwe juu yako ili uweze kuvuka vikwazo mbalimbali vinavyoinuka kipindi cha kusubiria jibu lako kwa Mungu. Maombi haya yatakusaidia sana katika kukujengea Imani ndani yako juu ya kumgoja Bwana, haya ndiyo maombi ambayo Daudi aliyafanya mara kwa mara alipokuwa akisubiri kutangazwa mfalme.

Na kama umeaambiwa hapana basi tulia mbele za Mungu. Daudi anasema katika **Zaburi141:3** kuwa *"Ee BWANA, uweke mlinzi kinywani pangu, Mngojezi mlangoni pa midomo yangu".* Ombi la namna hii litakusaidia kinywa chako kisinene ubatili mbele za Mungu kwa kuicontrol (kuidhibiti) hasira ndani yako inayo tokea baada ya ombi lako kukataliwa na Mungu. Hatua hii inakusaidia kutazama jambo lingine ambalo Mungu anakuonyesha ulifanye badala ya hilo ambalo wewe ulitaka kufanya lakini likakataliwa na Mungu. Hata kama upo mahali pachungu sana usijaribu kufuata njia ya Sauli ya kwenda kutafuta msaada mahali pengine nje ya msaada wa Mungu utaumia, biblia inashauri kuwa katika hali ya nanna hii ni vema mtu autarajie wokovu wake toka kwa Bwana. **Maombolezo3:26** *"Ni vema mtu autarajie wokovu wa BWANA Na kumngojea kwa utulivu".* Kwa nini kwa sababu Mungu hawezi kukuacha hapo uangamie, kwa Maana imendikwa katika **Zaburi55:22** kuwa *"Umtwike BWANA mzigo wako naye atakutegemeza, Hatamwacha mwenye haki aondoshwe milele".*

Kwa hiyo umshangilie Bwana katika kipindi chako chote cha kusubiri au jibu likiwa limekataliwa, Kwa nini ufanye hivi ni kwa sababu ndani ya shukurani ipo nguvu inayo mfanya Mungu kukumbuka kila mara na kusababisha ukamilifu wa hitaji lako uliomba au aone njia mbadala ya kukusaidia. Ni muda wako wa kuatamia mayai (mahitaji yako kwa Mungu) kama vile ndege afanyavyo akisubiri kwa hamu kuona watoto wake hivyo atamia.

Luka 17:12-19 "*Na alipoingia katika kijiji kimoja, alikutana na watu kumi wenye ukoma; wakasimama mbali, wakapaza sauti wakisema, Ee Yesu, Bwana mkubwa, uturehemu! Alipowaona aliwaambia, Enendeni, mkajionyeshe kwa makuhani. Ikawa walipokuwa wakienda walitakasika. Na mmoja wao alipoona kwamba amepona, alirudi, huku akimtukuza Mungu kwa sauti kuu; akaanguka kifudifudi miguuni pake, akamshukuru; naye alikuwa Msamaria. Yesu akajibu, akanena, Hawakutakaswa wote kumi? Wale kenda wa wapi? Je!...........kumpa Mungu utukufu ila mgeni huyu? Akamwambia, Inuka, enenda zako, imani yako imekuokoa*".

Katika kisa hiki tunaona hawa ndugu kumi waliokuwa na hitaji la kuponywa kwa maana walikuwa na ugonjwa wa ukoma, wakapaza sauti zao kuomba uponyaji na Yesu aliposikia akawaambia wakajionyesha kwa makuhani na biblia inatuambia walipokuwa njiani wakienda kujionyesha ghafla wakatatakasika wote kumi. Walitakasika neno hili kutakasika kwa lugha ya kiingereza linasomeka hivi (Cleaned). Kwa hiyo tunaposema walitakasika ina maana wakawa safi ila walikuwa hajapona kabisa ukoma wao. Miongoni mwao mmoja alipoona ile dalili ya uponyaji alirudi kwa Yesu na kusema asante kwa kuniponya, Yesu anauliza je wale tisa wako wapi je hao hawakutakasika?. Akamwambia inuka uende zako imani yako imekuokoa. Lile neno la mwisho katika sentensi hizi imekuokoa linasomeka "has made you well" katika lugha ya malkia yaani imekifanya mzima. Kama yule mtu alipona ugonjwa wake alipo takasika basi Yesu asingesema inuka uende imani yako imekufanya mzima, uponyaji wake ulikamilika wakati huu wa shukrani.

Ninapotafakari juu ya miujiza huu najifunza kuwa wale tisa hawakupata ukombozi au uponyaji kamili na pengine ukoma uliwarudia tofauti na huyu ndugu maana yeye aliambiwa kuwa imani yake imemfanya kuwa mzima. Naona kuna kitu cha ziada alicho pata kwa kitendo chake cha kurudi kushukuru kwa kile kidogo alicho tendewa na Mungu. Kitendo cha kusema asante kwa Mungu humpa Mungu utukufu sana na pia hudhibitisha imani yako uliyo nayo kwa Mungu kuwa atafanya hata kama litachelewa atalitenda. Jifunze kusema asante kwa Mungu hata kwa lile neno tu kukuambia suburi.

Wengi tunaangukia katika kosa la wale ndugu tisa tunapoona tumepokea tulilo omba hatuna muda wa kushukuru , ukweli ni kuwa kuna siri kubwa ya ukamilifu wa muujiza wako katika kusema asante. Hebu fikiria kuwa ndugu ameomba umsaidie tuseme elfu kumi tu nawe ukasema nitakusaidia, huyu ndugu kila mkikutana anakufurahia na kushukuru sana kwa kumsaidia hiyo hela japo hujampa bado lakini yeye amekaa kusema asante unajisikiaje wewe. Bila shaka utafanya kila lililo ndani ya uwezo wako uumpatie hiyo hela, naamini hata Mungu wetu tunapozidi kusema asante kwa kile tumeomba hata kama hatujapewa huwa Mungu anamtazama mtu huyu kwa jicho la kipekee juu ya tumaini alilokuwa nalo kwake.

Niseme tena kuwa ikiwa utapewa jibu la Hapana basi jitahidi sana ondoa lile swali linalojitokeza kwa waombaji wengi la why (kwanini). Swali hili limekuwa kitanzi kwa wengi kila wanapotafakari wanakosa majibu sahihi ya swali hili na matokeo yake wanampa shetani nafasi nafsini mwao kwa yeye kuwapa majibu mbadala. Uzoefu wangu binafsi katika maombi unaonyesha kuwa mara tunapokuwa na swali hili kwa muda mrefu ndani yetu huleta hasira juu ya Mungu na kusababisha mahusiano yetu na Mungu kuharibika ikitokea hivyo Roho mtakatifu hawezi kukaa hapo na matokeo yake ile roho ya uasi inaingia ndani ya mioyo yetu.

Ninapofuatilia habari za Ayubu nagudua kuwa huyu ndugu alifanya kila alipoweza kuliondoa swali la why?. Angalia Ayubu anasema je tupate mema mkononi mwake Mungu tuspatwe na mabaya. **Ayubu 2:10** "*lakini yeye akamwambia, Wewe wanena kama mmoja wa hao wanawake wapumbavu anenavyo. Je! Tupate mema mkononi mwa Mungu, nasi tusipate na mabaya? Katika mambo hayo yote Ayubu hakufanya dhambi kwa midomo yake*". Ayubu hakutaka kabisa kujua kwa nini Mungu ameruhusu yaliyo mkuta japo alijua kuwa hajamtenda Mungu dhambi au uovu ambao ungekuwa sababu ya kumpata mabaya yaliyo mpata, yeye alimpa Mungu itukufu akafika mbali kwa kusema "*Bwana ametoa, Bwana ametwaa jina lake libarikiwe*" . Rafiki zake walijitahidi sana kutafuta sababu ya yote yaliyo mpata Ayubu na katika kutafuta tafuta sababu wakajikuta wanakosea Mungu.

Pengine niseme tu kuwa Mungu ni mwenye uwezo wote na akili zake ziko juu sana kuliko zetu, kulipa kipaumbele swali la kwa nini kuliko kumtazama Mungu tunakuwa katika nafasi ya kuhoji uhalali wa Mungu kufanya vile tukitaka kusahihisha maamuzi yake, si tu kwamba tunamvujia heshima kwa kuona kuwa amekosea bali pia tunaingilia majukumu yake. Kumbuka nalitazama swali hili juu ya majibu ya maombi, sasa haina maana kuwa ni kosa kumuliza Mungu why lakini nataka uwe mwangalifu hasa kwa mwombaji usije ukakuta umemkujia Mungu ngumi yako na kuwa mmoja wa rafiki zake Ayubu.

Najua kuna mengi umomba lakini hujajibiwa,sikia Mungu amekusikia hebu inuka mahali ulipo na umwambie Mungu asante kwa kukusikia na kuwa amekusudia kukujibu, mwambie Mungu asante hata kama umelalia mihogo au hujala mwambie asante kwa kuwa yeye hujishughulisha sana na maisha yako japo hauoni. Unadhani wewe ni mjanja sana hata ukwepe virus vya magonjwa au unadhani wewe umechukua tahadhali kubwa kuliko yule ndugu waziri wa Uingereza au yule mtoto wa malikia waliopatwa na Corona. Aisee Mwambie Mungu asante japo kwa hicho kichache alicho kupa. Hebu sasa tuseme asante kwa Mungu wetu kwaajili ya wema wake kwetu, sema asante Yesu sasa ………

SIKU YA KUMI NA TATU

Somo la kumi na tatu: Imani katika Maombi.

Hebu pata muda wa kumwadhimisha Mungu kwa maneno ya kinywa chako mahali ulipo hata kama mazingira hayaruhusu imba ndani ya moyo wako Mungu anasikia. Sifa inatabia ya kukuletea furaha na Amani ndani yako hata kama kuna uchungu unaondoka kwa sababu Mungu akifurahi uwe na hakikia nawe utapata furaha kwa sababu furaha ya Bwana ni nguvu zetu (Nehemia *8:10* "*........ kwa kuwa furaha ya BWANA ni nguvu zen*u".) Mtukuze Mungu sasa....................

Mwambie jirani karibu katika semina nami leo hii nataka nikufundishe umhimu wa imani katika maombi. Imani ni kitu cha mhimu sana katika maombi kwa Mungu wetu,umhimu wake unajitokeza hapa kwa sababu imeandikwa "*pasipo imani haiwezekani kumpendeza Mungu*" (**Ebrania 11:6**). Kwahiyo unahitaji imani ili upate neema ya kumkaribia Mungu katika maombi siku zote, lakini je imani ni kitu gani hasa?.

Biblia inalo jibu la swali hili mhimu. **Waebrania 11:1** "*Basi imani ni kuwa na hakika ya mambo yatarajiwayo, ni bayana ya mambo yasiyoonekana*". Kwa hiyo imani ni uhakika wa kutarajia kuona vitu ambayo bado havijatokea kuwa utavipata. Ukiwa na ufahamu wa namna hii nafsini mwako utakuwa unakubalina nami kuwa kila mmoja wetu ana imani ndani yake, kwa mfano tunapoenda kulala tukiwa na uhakika kabisa kuwa kesho tutaamuka na tunaweka na mipango ya kesho na nauli tunaanda, hata begi na nguo za kuvaa tunaweka tayari lakini ukweli ni kwamba tunafanya hivyo kwa imani tu kwa kuwa hutujaiona kesho itafafanaje bado, hiyo ni imani. Pia angalia kila kukicha kuna maelfu na elfu ya watu wanaovunja ndoa kwa sababu ya mateso ndani ya ndoa lakini bado utakuta mtu anaenda kukodi ukumbi kwa gharama tena kubwa kwa ajili ya harusi bila kujali anayo yaona au kuyasikia hiyo nayo ni imani. Mtazame mkulima anafukia mbegu kidogo alizonazo chini ya aridhi, ukimuluza atakwambia napanda nitavuna mazao mengi, anayasema hayo wakati hajui kama mvua itaendelea kunyesha au itakatika kabla mazao hayajakomaa, hiyo nayo ni imani. Naweza kusema hii ni imani ya kawaida kabisa ambayo imejengwa kutokana na mazoea ya mfumo wa maisha katika jamii zetu au mwenendo wa mazingira tuliyonayo.

Tunapo ongelea imani katika mambo ya ibaada basi hatuzungumzii juu ya imani ya kawaida bali tuna maana ya imani isiyo ya kawaida ambayo chanzo chake ni neno la yule anayeabudiwa. Tunajua hili tunaposoma **Warumi10:17** "*Basi imani, chanzo chake ni kusikia; na kusikia huja kwa neno la Kristo*". Mtu yoyote anayetaka kumwabudu Mungu wa Bwana wetu Yesu Kristo ni lazima awe na imani ndani yake inayotokana na neno la kristo mwenyewe nje ya hapo atakuwa anaabudu miungu mwingine na si Mungu muumbaji wa vyote.

Hivyo imani katika maombi ni imani iliyo katika Kristo Yesu amabyo tunaipata kwa kusikia neno la Kristo juu ya jambo au eneo tunalolibea. Maana yake ni kuwa kama nataka kuomba juu ya mgojwa ni lazima nisikie kwanza neno la Kristo linasemaje juu ya kuombea wagojwa kwanza kabla sijaomba kwa ajili mgonjwa, neno hilo ndilo litanijengea imani ndani yangu ambayo itampendeza Mungu ninapo mkaribia kwenye uwepo wake kwa ajili ya maombi. Ni wazi kwamba kila eneo ninalo ombea au kuomba ni lazima niwe na Imani juu ya eneo husika, Hapo ndipo utaona ni jambo la mhimu kiasi gani kujifunza kusikia Mungu asemapo nawe ni mhimu sana jambo hili la kusikia.

Kama tupo pamoja vizuri utaona ya kuwa mwanzilishi wa imani iliyo katika Kristo Yesu si mwanadamu bali ni Mungu mwenyewe ndiye mwanzilishi, huu ndio ukweli kwa sababu kama Kristo hatatamuka neno basi hapana kusikia kwa kuwa neno la kusikia halipo na kama neno halipo basi pia hakuna imani ya Kristo.

Unaweza kusikia neno lako mwenyewe na ukajenga imani hapo lakini hiyo imani haziwezi kamwe kuwa ya Kristo itakuwa ya kwako au ya mtu aliye kupa hilo neno na hiyo, lakini imani ya namna hii haiwezi kumpendeza Mungu. Tuelewane hapa kuwa imani siyo mkusanyiko wa mawazo mazuri ndani yako ambao ukiyakusanya yakutosha basi unaweza kuyaleta mbele za Mungu kudai vitu kadhaa sio hivyo vinginevyo kila mtu angejitahidi kufanya hivyo ili apate mtaji wa kuchukua vitu toka kwa Mungu, narudia ni lazima kuwepo na neno la Kristo.

Pengine unajiuliza kuwa utasikia wapi neno la Mungu?. Swali zuri sana,kwanza unapaswa kujua kuwa Mungu anaongea na watu wake tena wakati mwingine kwa msisitizo. Siri hii alitujulisha ndugu yetu Mpendwa Atubu anasema **Ayubu33:14-16** "*Kwa kuwa Mungu hunena mara moja, Naam, hata mara ya pili, ajapokuwa mtu hajali. Katika ndoto, katika maono ya usiku, Usingizi mzito uwajiliapo watu, Katika usingizi kitandani; Ndipo huyafunua masikio ya watu, Na kuyatia muhuri mafundisho yao*". Hapana haja ya kuwa na hofu kuwa utasikia wapi kwani Mungu atasema nawe na anaweza kurudia tena kusema kama hukusikia au ulipuuza aliposema mara ya kwanza. Njia zipo nyingi sana anazozitumia kusema na watu wake na hili nalo ni somo pana sana unahitaji kukaa darasani chini ya uwepo wa Roho Mtakatifu ujifunze kusikia sauti ya Mungu kwa vile yeye husema na watu wake, lakini Ayubu hapa amedokeza njia moja wapo kuwa ni kupitia maono ya usiku yaani ndoto, je neno hili la Ayubu ni kweli Mungu anaweza kusema kupitia ndoto jibu langu hapa ni jepesi kabisa kuwa ni kweli kabisa kwani tunasoma pia kuwa alisema na Petro kwa njia hiyohiyo. Angalia hapa

Matendo ya Mitume 10:9-21 "*Hata siku ya pili, walipokuwa wakisafiri na kuukaribia mji, Petro alipanda juu darini, kwenda kuomba, yapata saa sita ya mchana; akaumwa na njaa sana, akataka kula; lakini walipokuwa wakiandaa, roho yake ikazimia, akaona mbingu zimefunuka, na chombo kikishuka kama nguo kubwa, inatelemshwa kwa pembe zake nne hata nchi; ambayo ndani yake walikuwamo aina zote za wanyama wenye miguu minne, na hao watambaao, na ndege wa angani. Kisha sauti ikamjia, kusema, Ondoka, Petro, uchinje ule. Lakini Petro akasema, Hasha, Bwana, kwa maana sijakula kamwe kitu kilicho kichafu au najisi. Sauti ikamjia mara ya pili, ikimwambia, Vilivyotakaswa na Mungu, usiviite wewe najisi. Jambo hili likatendeka mara tatu; kisha kile chombo kikapokewa tena mbinguni. Hata Petro alipokuwa akiona shaka ndani ya nafsi yake, maana yake ni nini maono hayo aliyoyaona, wale watu waliotumwa na Kornelio, wakiisha kuiulizia nyumba ya Simoni, wakasimama mbele ya mlango, wakaita; wakauliza kwamba Simoni aitwaye Petro anakaa humo. Na Petro alikuwa akiyafikiri yale maono. Roho akamwambia, Wako watu watatu wanakutafuta. Basi ondoka ushuke ufuatane nao, usione tashwishi, kwa maana ni mimi niliyewatuma. Petro akawashukia wale watu, akanena, Mimi ndiye mnayemtafuta. Mmekuja kwa sababu gani?*".

Kutokana na uzoefu wangu katika maombi nimepata kujua kuwa ili uwe mwombaji asiyeyumba unahitaji si tu imani bali unahitaji imani dhabiti uwe nayo,imani dhabiti ni imani ambayo inaundwa na mambo mawili kwa wakati mmoja ina uhakika na pia ina tumaini. Imani hii nimeisoma kwa ndugu zetu hawa

Danieli 3:15-18 "*Basi sasa, kama mkiwa tayari wakati mtakapoisikia sauti ya panda, na filimbi, na kinubi, na zeze, na santuri, na zomari, na namna zote za ngoma, kuanguka na kuisujudia sanamu niliyoisimamisha, ni vema; bali msipoisujudia, mtatupwa saa iyo hiyo*

katika tanuru iwakayo moto; naye ni nani Mungu yule atakayewaokoa ninyi na mikono yangu? ,Ndipo Shadraka, na Meshaki, na Abednego, wakajibu, wakamwambia mfalme, Ee Nebukadreza, hamna haja kukujibu katika neno hili. Kama ni hivyo, Mungu wetu tunayemtumikia aweza kutuokoa na tanuru ile iwakayo moto; naye atatuokoa na mkono wako, Ee mfalme. Bali kama si hivyo, ujue, Ee mfalme, ya kuwa sisi hatukubali kuitumikia miungu yako, wala kuisujudia hiyo sanamu ya dhahabu uliyoisimamisha".

Hallelujah!. Unaona imani yao, walikuwa na uhakika kuwa Mungu wanayemwabudu aweza kabisa kuwaokoa na mkono wa mfalme hilo hawakuwa na shida kabisa, lakini mstari unafuta unaona wanasema sentensi nyingine " *kama si hivyo ... Ujue kuwa tumekataa kuisujusia sanamu yako*", sentesi hii inaonyesha kuwa pamoja na uhakika kuwa Mungu atawaokoa pia walikuwa wanajua kuwa inawezekana Mungu asiwaokoe na moto ule lakini lililo bora kwao ni kuwa tumaini lao la kumtumikia Mungu hawawezi kulibadili hivyo kama mfalme atawaua sawa lakini ajue kuwa watu hawa wamekataa kuisujudia sanamu yake mfalme, wao tumaini lao liko paleple ya kuwa ni Mungu mmumbaji pekee ndiye wa kusujudiwa.

Sikia imani haiukatai ukweli lakini yenyewe inatabia ya kutazama zaidi ya ukweli unavyo jieleza. Mfano Ukisoma **Warumi4:19-21** imeandikwa "*Yeye asiyekuwa dhaifu wa imani, alifikiri hali ya mwili wake uliokuwa umekwisha kufa, (akiwa amekwisha kupata umri wa kama miaka mia), na hali ya kufa ya tumbo lake Sara. Lakini akiiona ahadi ya Mungu hakusita kwa kutokuamini, bali alitiwa nguvu kwa imani, akimtukuza Mungu; huku akijua hakika ya kuwa Mungu aweza kufanya yale aliyoahidi".* Ibrahim alikubali ukweli kuwa mwili wake umezeeka na alitambua kuwa uwezo wake wa kuzaa umeisha na pia alitambua kuwa ni kweli mkewe Sarah tumbo lake la uzazi limepoteza uwezo wa kushika mimba. Hakukataa juu ya ukweli huu lakini alipo kuwa anageuka na kuitazama ahadi ya Mungu hakusita kumwani

Mungu kuwa pamoja na ukweli wote huo bado Mungu aweza kumpa mtoto.

Unajua uhakika tuupatao katika Kristo Yesu umejengwa juu ya ahadi za Mungu kwetu, mfano Mungu ametupa ahadi ya kutuponya ni mahali pazuri kwetu kujenga imani hapo kuwa atatuponya kwa vile ni mwaminifu.

Warumi 4:19-21 "*Yeye asiyekuwa dhaifu wa imani, alifikiri hali ya mwili wake uliokuwa umekwisha kufa, (akiwa amekwisha kupata umri wa kama miaka mia), na hali ya kufa ya tumbo lake Sara. Lakini akiiona ahadi ya Mungu hakusita kwa kutokuamini, bali alitiwa nguvu kwa imani, akimtukuza Mungu; huku akijua hakika ya kuwa Mungu aweza kufanya yale aliyoahidi*".

Ikiwa ile ahadi itachelewa tunaanza kuona imeshindikana na hapo ndipo tumaini linatakiwa kuingilia kati kuwa pamoja na hayo yeye ni Mungu hajabadilika. Tumaini linanjengwa juu ya utu wa Mungu mwenyewe (personality). Tumaini litakusaidia hutayumba kwa sababu tumani lako halipo katika ahadi bali kwa Mungu mwenyewe. Unaweza kujifunza kwa Daudi alipo sema **Zaburi125:1** "*Wamtumainio BWANA ni kama mlima Sayuni, Ambao hautatikisika, wakaa milele*". Hebu tujifunze kwa mlima kirimanjaro kwa mfano, mlima uko pale miaka na miaka, mafuriko huja na kupita, upepo mkali huvuma juu yake lakini mlima wenyewe hautisiki uko vile vile, hivi ndivyo walivyo wanao tumaini Mungu, wao hawayubishwi na chochote kile maishani mwao hata kama walicho omba hawajapewa Mungu kwao anabaki wa kuabudiwa tu. Hakika nimependezwa na maneno ya mwimbaji mmoja alisema

Utabaki kuwa Mungu ,utabaki kuwa Mungu,utabaki kuwa Mungu Jehovah

Ni kweli yeye atabaki kuwa Mungu kwetu hata kama hajajibu sawa na tulivyoomba, kama nawe nimmoja wapo wa watu wanao amini hiyo sema ameni.

SIKU YA KUMI NNE

Somo la kumi na nne: Umhimu wa kusikia katika Maombi

Haujachelewa bado leo ndiyo siku yako ya kupata kitu kipya, inawezekana tangu siku ya kwanza hujapata kitu sawa lakini naomba nikutie moyo kuwa usife moyo yamkini leo ni zamu yako kupokea. Mtazame tu Yesu aliyeangikwa ili wewe upone tunapojifunza jambo linginsiku hii ya leo utakutana na Mungu, jitahidi leo uguse pindo la vazi lake Yesu leo. Katika jina la Mungu Baba na la maana na Roho Mtakatifu tuhudumie Bwana.

Kwa siku mbili mfululizo, yaani juzi na jana tumeangalia juu ya aina tatu za majibu ambayo Mungu aweza kukupa ikiwa unamwomba na pia tumeangalia jambo lingine ambalo ni imani katika maombi. Kama tupo pamoja mpaka hapo utaona kuwa kusikia sauti ya Mungu kwa mwombaji na hata asiyemwombaji lakini ni mwamini katika kristo Yesu ni jambo la muhimu kwake. Hili ni kwa sababu imani chanzo chake ni kusikia neno la kristo. Pia kama hutasikia Mungu amejibu nini itakuwa shida sana au itakufanya uendelee kubaki kuomba maombi ambayo tayari yalishapatiwa majibu, hiyo inaitwa kupoteza wakati. Siku ya leo naona tuatazeme kwa uchache juu ya umuhimu wa kusikia.

Watu wengi hawana muda wa kutaka kusikia na kufuatilia kile wanaambiwa wakati wa maombi, wengi wetu kazi yetu ni kuomba na tukisema ameni hatuna tena muda wa kufuatilia ili kupata malejesho ya kile tulikuwa tunaomba toka kwake tuliye mwomba. Jambo hili si la afya kwake aombaye, kupitia sababu hizi chache nataka uone madhara ya jambo hili.

SABABU YA KWANZA.

Kwa msisitizo narudia juu imani kusudi uone umuhimu wake. Ili uweze kudumu katika maombi unahitaji uwe na imani juu ya maombi., na kuligana **Warumi 10:17** "*Basi imani, chanzo chake ni kusikia; na kusikia huja kwa neno la Kristo*". Ni lazima uskie ndipo ujenge imani, kama ni hivyo ni wazi kuwa katika jambo lolote unalotaka kujenga imani ni lazima usikia neno juu ya jambo unalotaka kuwa na imani nalo. Maombi yanahitaji usikie ili ujenge imani juu ya jambo unaloliomba au kuliombea, ndani ya maombi ziko imani tofauti tofauti kulingana na maombi uyaombayao. Kwa mfano, unapoomba maombi ya toba unatakiwa kuwa na imani juu ya uwezo damu ya Yesu katika kukufutia dhambi na kama unaomba kwa ajili ya mgojwa unahitaji imani juu ya uwezo wa jina la Yesu katika kushughulikia mambo yahusuyo uponyaji n.k. Kuna imani ya kukusaidia kusubiri jibu la maombi yako,iko Imani ya kuendelea kuomba wakati hauoni jibu likikujia mara moja, lakini pia kuna imani ya kupokea jibu lako uliomba kwa Mungu. Haya yote yanahitaji usikiie neno la Mungu. Biblia inatuambia kuwa ili tuwe na imani juu ya Mungu tunahitaji kusikia neno la Kristo, na si la mtu flani. **Warumi 10:17** "*Basi imani, chanzo chake ni kusikia; na kusikia huja kwa neno la Kristo*".

Tafsiri ya kawaida ya maombi ni kuwa maombi ni mawasiliano kati ya mtu na Mungu wake. Katika maombi tunaongea na Mungu wetu naye hutujibu kama watoto wake, kwa kweli katika maombi tuahojiana na Mungu wetu juu ya mambo mbalimbali yanahusu maisha yetu na pengine hata yale yaliyo nje ya maisha yetu ya kawaida. **Isaya43:26-26** "*Unikumbushe, na tuhojiane; eleza mambo yako, upate kupewa haki yako*". Linganisha pia na maneno ya **Isaya45:11** "*BWANA, Mtakatifu* *wa Israeli, na Muumba wake, asema hivi; Niulize habari za mambo yatakayokuja; mambo ya wana wangu, na habari ya kazi ya mikono yangu; haya! Niagizeni".* Huwezi kuhojiana isipokuwa unasikia na unaelewa nini kinazungumzwa. Najua wengi hawaamini kuwa Mungu ansaema na watu wake, hawa si kosa lao kuamini hivyo kwa kuwa bado hawamjasikia Mungu akiongea nao na hata wakisikia hawezi kuelewa, kwao sauti hiyo huwa kama kelele tuu.

Lakini niwakumbushe tu kuwa si rahisi kusikia na kuelewa lugha usiyo ijua kabisa vinginevyo utasikia sauti tuu ambazo huwa kama kelele tuu, mfano kwa mtu yule asiye jua lugha ya Mbwa hawezi kuelewa kitu akimwona mbwa wake anatikisa mkia lakini aliye na uelewa huwa anajua kuwa mbwa wake amefurahi. Pia kwa yule asiye kuwa na ufahamu juu ya Simba hawezi kuelewa kitu asikiapo sauti ya simba kwake huwa kelele tu bali walio na ufahau juu ya simba huwa wakisikia sauti ya simba huweza kutambua kuwa Simba kwa mlio huu ana njaa au kwa mlio huu tayari kapata mawindo na ameshiba.

Nataka ujue kuwa kuto kujua kwako lugha ya watu au vitu flani hakumanishi kuwa watu au vitu hivyo haviwasiliani hapana, vinawasiliana, ni wewe unahitaji ujuzi husika ili uweze kusikia na kuelewa mawasiliano hayo, kadhalika unahitaji kujifunza jinsi Mungu asemavyo na watu wake kusudi upate kumsikia Mungu akiongea nawe.

Katika nyakati flani Samuel naye alipata wakati mgumu kuelewa kuwa ni Mungu anaongea naye kwa kuwa alikuwa haelewi kama ni Mungu anasema japo alikuwa anasikia sauti.**1 Samweli 3:3-10** "*na taa ya Mungu ilikuwa haijazimika bado, na Samweli alikuwa amelala katika hekalu la BWANA, palipokuwa na sanduku la Mungu; basi, wakati huo BWANA akamwita Samweli; naye akasema, Mimi hapa. Akamwendea Eli kwa haraka, akasema, Mimi hapa; kwa maana uliniita. Akasema, Sikukuita; kalale tena. Naye akaenda, akalala tena. BWANA akaita mara ya pili, Samweli! Samweli! Akaondoka akamwendea Eli, akasema, Mimi hapa; kwa maana uliniita. Akajibu, Sikukuita, mwanangu; kalale tena. Basi Samweli alikuwa hamjui*

BWANA bado, na neno la BWANA lilikuwa bado halijafunuliwa kwake. BWANA akamwita Samweli mara ya tatu. Naye akaondoka akamwendea Eli, akasema, Mimi hapa; kwa maana uliniita. Ndipo Eli akatambua ya kuwa BWANA ndiye aliyemwita yule mtoto. Kwa hivyo Eli akamwambia Samweli, Enenda, kalale; itakuwa, akikuita, utasema, Nena, BWANA; kwa kuwa mtumishi wako anasikia. Basi Samweli akaenda akalala mahali pake. BWANA akaja, akasimama, akaita vile vile kama kwanza, Samweli! Samweli! Ndipo Samweli akasema, Nena, BWANA; kwa kuwa mtumishi wako anasikia". Biblia inasema Samuel hakuelewa kwa kuwa alikuwa ni mtoto".

Ni wazi kuwa Samuel alikuwa hana ujuzi juu ya jinsi Mungu anavyoongea na watu japo alikuwa anajua kuwa Mungu yupo na alimwamini. Kwa hiyo ile kwamba unamwamini Mungu au unajua Mungu yupo siyo sababu ya wewe kuwa utaelewa sauti ya Mungu.

Nakupa shauri tafuta ujuzi unahusu kusikia sauti ya Mungu na kumwomba Roho Mtakatifu atakusadia uweze kusikia, hakika utasikia Mungu akiongea nawe.

Sababu ya pili.

Sababu nyingine ninayotaka ujue umhimu wa kusikia katika maombi ni hii ya kuwa si kila mara uombapo utapewa kile umeomba moja kwa moja bali wakati mwingine unahitaji kufuata taratibu flani ili uweze kukipata kile uombacho kwa Mungu. Mfano mzuri juu ya hili ni huu wa mfalme Daudi tuusomao katika. **2Samweli 21:1** "*Kulikuwa na njaa siku za Daudi muda wa miaka mitatu, mwaka kwa mwaka; naye Daudi akautafuta uso wa BWANA. BWANA akasema, Ni kwa ajili ya Sauli, na kwa nyumba yake yenye damu, kwa kuwa aliwaua hao Wagibeoni".* Lile neno akautafuta uso wa Bwana ina maana kuwa Daudi aliingia katika maombi ili kumsihi Mungu alete mvua juu ya nchi ,lakini unaona jibu la Mungu halikuwa kuleta mvua bali alimpa mfalme maelekezo nini kifanyike ili mvua inyeshe na tatizo la njaa litoweke juu ya nchi. Katika mistari inayofuata utaona kuwa Daudi aliposikia hayo alichukua hatua ya kuyatekeleza aliyo ambiwa na

Mungu. **2 Samweli 21:1-6,8-10** *"Kulikuwa na njaa siku za Daudi muda wa miaka mitatu, mwaka kwa mwaka; naye Daudi akautafuta uso wa BWANA. BWANA akasema, Ni kwa ajili ya Sauli, na kwa nyumba yake yenye damu, kwa kuwa aliwaua hao Wagibeoni. Ndipo mfalme akawaita Wagibeoni akawaambia; (basi Wagibeoni si wa wana wa Israeli, ila ni wa masalio ya Waamori; na wana wa Israeli walikuwa wamewaapia; lakini Sauli akatafuta kuwaua katika juhudi yake kwa ajili ya wana wa Israeli na Yuda;) basi Daudi akawaambia hao Wagibeoni, Niwatendee nini? Na kwa tendo gani nifanye upatanisho, mpate kuubariki urithi wa BWANA? Na hao Wagibeoni wakamwambia, Si jambo la fedha wala dhahabu lililo kati ya sisi na Sauli, au nyumba yake; wala si juu yetu kumwua mtu ye yote katika Israeli. Akasema Mtakayoyanena, ndiyo nitakayowatendea ninyi.Wakamwambia mfalme, Yule mtu aliyetupoteza, na kutufanyia shauri la kutuharibu, tusikae katika mipaka yo yote ya Israeli,basi, na tutolewe watu saba katika wanawe, nasi tutawatundika mbele za BWANA katika Gibeoni, katika mlima wa BWANA. Mfalme akasema, Nitawatoa. Ila mfalme akawatwaa hao wana wawili wa Rispa, binti Aya, aliomzalia Sauli, Armoni na Mefiboshethi; na wana watano wa Merabu binti Sauli, aliomzalia Adrieli, mwana wa Barzilai, Mmeholathi; akawatia mikononi mwa Wagibeoni, nao wakawatundika mlimani mbele za BWANA, nao wakaangamia wote saba pamoja; wakauawa siku za mavuno, za kwanza, mwanzo wa mavuno ya shayiri. Naye Rispa, binti Aya, akatwaa nguo ya magunia akajitandikia mwambani, tangu mwanzo wa mavuno hata waliponyeshewa mvua toka mbinguni; wala hakuacha ndege wa angani kukaa juu yao mchana, wala wanyama wa mwitu usiku".*

Hebu fikiria kama Daudi asingetega sikio lake kusikia na kuelewa kinachosemwa na Mungu wake, naamini tatizo lilie lingeendelea kumsumbua Daudi na Daudi angeendelea kuomba wakati haoni jibu likikujia mara moja. Hata sasa wapo watu wanendelea kuomba hawajaona majibu si kwa vile Mungu haja wajibu bali ni kwa sababu wamekosa usikivu kwani mahitaji yao yanahitaji wachukue hatua flani ili kupata waombalo.

Mfano mwingine ni huu wa mtume Paulo tuupatao katika kitabu cha **2 Wakorintho 12:8** "*Kwa ajili ya kitu hicho nalimsihi Bwana mara tatu kwamba kinitoke*". Mtume Paulo alikuwa anamwomba Mungu auondoe mwiba ulio kuwa unamsubua ubavuni pake alifanya maombi hayo zaidi ya mara mbili mpaka tatu. Mungu akamjbu kuwa **2 Wakorintho 12:9** "*Naye akaniambia, Neema yangu yakutosha; maana uweza wangu hutimilika katika udhaifu.Basi nitajisifia udhaifu wangu kwa furaha nyingi, ili uweza wa Kristo ukae juu yangu*".

Ukitafakari jibu hili utagundua kuwa Paul aliomba mwiba uondoke lakini mwiba haukuondoka badala yake aliambiwa *NEEMA YANGU YAKUTOSHA*. Jibu hili ndilo lilibadili mtazamo wa Paulo juu ya uwepo wa ule mwiba maana katika **2 Wakorintho 12:10** "*Kwahiyo napendezwa na udhaifu, na ufidhuli, na misiba, na adha, na shida, kwa ajili ya Kristo. Maana niwapo dhaifu ndipo nilipo na nguvu*". Mtazamo wake ulibadilika kabisa kwani pale mwanzo aliona mwiba ule kuwa kikwazo kwake vinginevyo asingeenda kuomba umtoke lakini badaye aliuona kuwa ni kitu cha fahali na cha kujivunia kwake. pia jibu hili lilinipa kujua kuwa ilikuwa ni kwa faida yake mwimba kuwepo aangalia **2 Wakorintho 12:7,10** "*Na makusudi nisipate kujivuna kupita kiasi, kwa wingi wa mafunuo hayo nalipewa mwiba katika mwili, mjumbe wa Shetani ili anipige, nisije nikajivuna kupita kiasi. Kwa hiyo napendezwa na udhaifu, na ufidhuli, na misiba, na adha, na shida, kwa ajili ya Kristo. Maana niwapo dhaifu ndipo nilipo na nguvu*".

Hallelujah!. Kama ndani yako unatamani au una kiu ya kutaka kusikia sauti ya Mungu nataka kuomba kwa ajili yako. Tuombe. Sifa ni zako Mungu uketie juu sana, asante kwa ajili ya somo hili nauona utukufu wako kila hatua kupitia somo hili. Asante kwa ajili ya mpendwa huyu anayetaka kukusikia ukiongea naye, Baba kama ulivyo sema na Samuel nakuomba siku ya leo sema na ndugu huyu kwa lugha nyepesi kuelewa na kama bado hatakuelewa nakuomba umwinulie Eli wake ataye msaidia kuelewa ulichosema naye. Katika jina la Yesu asante kwa uaminifu wako.Ameni

SIKU YA KUMI NA TANO

Somo la kumi na tano: Ile kwamaba umepokea jibu la maombi yako toka kwa Mungu haimanishi kuwa ni kusudi la Mungu upewe jibu hilo alilo kupa

Wana wa Mungu Yesu asifiwe!. Leo nataka kusema nawe jambo ambalo pengine ni mara yako kwanza kusikia na pengine halitakufurahisha sana kwa sababu unaweza kugundua baada somo la leo kuwa umekosea mengi, usigope ndiyo maana Mungu ameweka somo hili mkononi mwako ili uweze kufanya marekebisho ikiwa kuna eneo haliko sawa ungali bado hai kwani baada ya kifo hutaweza kubadilisha chochote. Funika macho tuombe. Baba nakusihi utusaidie kuelewa fumbo hili la kiroho. Ameni.

Ndiyo unaweza kupata JIBU la kile unamlilia Mungu akupe lakini isiwe mpango wa Mungu wewe kupata JIBU HILO. Sasa haimainishi kuwa hujapewa na Mungu hapana ni Mungu amekupa lakini haikuwa mpango wake kukupa hicho alicho kupa japo ndiyo amekupa na kumbuka ya kuwa ni jambo la hatari sana kwa mtu aliyeokoka (mwamini wa kweli) kuishi nje ya kusudi au mpango wa Mungu juu ya maisha yako, jua utakwama tuu na pengine utapotea kabisa.

Maandiko yapo wazi kabisa kuwa kusudi la Mungu ndio litakalo simama **Mithali19:21**"......*Lakini shauri la BWANA ndilo litakalosimama.*" Na tena tunasoma **Jeremiah 1:12** "......... *kwa maana* *ninaliangalia neno langu, ili nilitimize."* Hivyo pamoja na kuomba kwetu Mungu huliangalia kusudi lake apate kulitimiza.

Ninapozungumzia juu ya kusudi la Mungu mara zote namaanisha ramani aliyoiandaa Mungu juu ya maisha yako. OK nikuambie hivi maombi ni mlango tuu unafungua au kuruhusu mpango wa Mungu kutimia kwako. Si kwamba maombi yanatengeneza ramani au kusudi jipya au kumlazimisha Mungu afanye kusudi jipya juu yako hapana, kumbuka kuwa Mumgu alisha aandaa kila kitu juu ya maisha yako kabla hujazaliwa ramani ya maisha ya ipo mikononi mwa Mungu wa Bwana wetu Yesu kristo muumbaji.**Matendo ya Mitume 17:25**-26 yao*la hatumikiwi kwa mikono ya wanadamu kana kwamba anahitaji kitu cho chote; kwa maana ndiye anayewapa wote uzima na pumzi na vitu vyote. Naye alifanya kila taifa la wanadamu kutoka katika mmoja, wakae juu ya uso wa nchi yote, akiisha kuwawekea nyakati alizoziamuru tangu zamani, na mipaka ya makazi yao;ili wamtafute Mungu,ingawa ni kwa kupapasa-papasa, wakamwone, ijapokuwa hawi mbali na kila mmoja wetu. Kwa maana ndani yake yeye tunaishi, tunakwenda, na kuwa na uhai wetu. Kama vile mmoja wenu, mtunga mashairi alivyosema, Maana sisi sote tu wazao wake".*

Napata wazo la namna hii ya kwamba unaweza ukapewa jibu la maombi yako na Mumgu mwenyewe lakini jibu hilo usiwe mpango wake kukupa nisomapo mstari **Zaburi 106:15** "*Akawapa walichomtaka, Akawakondesha roho zao."* Nilipo usoma mstari huu nikawa na hamu ya kutaka kujua kitu gani aliwapa na kwa nini aliwapa na kuwakonsosha mioyo yao?. Nashukuru Roho mtakatifu aliniongoza vema kujua hili, hebu leo tuangalie jambo hili nami naomba Roho wa Bwana atusaidie hapa.

Kitu cha kwanza tutafute nini walipewa hawa ndugu, JIBU hili litatusaidia kujua sababu ya wao kutaka hicho walicho taka na pia tutajua sababu ya Mungu kuwakondesha mioyo yao. Twende katika kitabu cha **Hesabu 11:4-6** "*Kisha mkutano wa wafuasi waliokuwa kati yao, wakashikwa na tamaa; wana wa Israeli nao wakalia tena,* *wakasema, N'nani atakayetupa nyama.Twakumbuka samaki tuliokula huko Misri bure; na yale matango, na matikiti, na mboga, na vitunguu, na vitunguu saumu;lakini sasa roho zetu zimekauka; hapana kitu cho chote; hatuna kitu cha kutumaini isipokuwa hii mana tu".*

Ndani ya mistari hii tunaona kuwa walichoomba au kutaka watu wale ilikuwa ni nyama,pilau, matango n.k yaani chakula. Kufautana na maelezo yao ni wazi kuwa walipokuwa wana taka nyama ilikuwa tayari wanakula Mana ambayo MUNGU aliwapa wale bure pasipo kuitolea jasho lolote maana wanasema hapana kitu isipokuwa hii mana. Maelezo haya yana kubaliana kabisa na **kutoka 16:4** "*Ndipo BWANA akamwambia Musa, Tazama, mimi nitawanyeshea ninyi mvua ya mkate kutoka mbinguni; na hao watu watatoka nje na kuokota kila siku sehemu ya siku; ili nipate kuwajaribu, kwamba watakwenda katika sheria yangu, ama sivyo*". Katika mstari huu hapa mana iliikuwa bado haipo ndio maana Mungu akaahidi kuleta mvua ya mkate ambao wanaesrael waliuita Mana.

Kwa hiyo walipo kuwa wanaomba au kumlilia nyama walikuwa na chakula lakini ile tamaa ndiyo iliwasukuma kuomba nyama. Najua utakuwa unasema hawakuomba bali walinug'unika sawa lakini kumbuka ile hamu ilikuwa ndani ya miyo yao kwa muda mregu na inawezekana walikuwa wanaomba kimywa mpaka walipo shindwa kujizuia. Kumbuka kuwa tunaweza kuomba kwa kuwaza na Mungu akasikia tuombalo.

Maombi au kilio chao cha kutaka nyama na vitunguu saumu yalijibiwa na Mungu mwenyewe kwa watu wake, utalijua hili unaposona ile mistari ya **Hesabu 11:18-20,23,31-32** "*Kisha uwaambie watu hawa, Jitakaseni nafsi zenu kabla ya kesho, nanyi mtakula nyama; kwa maana mmelia masikioni mwa BWANA, mkisema, Ni nani atakayetupa nyama, tule? Maana huko Misri tulikuwa na uheri. Basi kwa sababu hiyo BWANA atawapa nyama, nanyi mtakula.Hamtakula siku moja, wala siku mbili, wala siku tano, wala siku kumi, wala siku ishirini; lakini mtakula muda wa mwezi mzima, hata hapo nyama hiyo* *itakapotoka katika mianzi ya pua zenu, nanyi mtaikinai, kwa sababu mmemkataa BWANA aliye kati yenu, na kulia mbele zake, mkisema, Tulitoka Misri kwa maana gani? Bwana akamwambia Musa, Je! Mkono wa BWANA umepungua urefu wake? Sasa utaona kwamba neno langu litatimizwa kwako, au sio.Kisha upepo ukavuma kutoka kwa BWANA, nao ukaleta kware kutoka pande za baharini, nao ukawaacha wakaanguka karibu na kambi, kama kiasi cha mwendo wa siku moja upande huu, na kama kiasi cha mwendo wa siku moja upande huu, kuizunguka, nao wakafikilia kiasi cha dhiraa mbili juu ya uso wa nchi.Wa akaondoka mchana huo wote, na usiku huo wote, na siku ya pili yote, kuwakusanya hao kware; yeye aliyepata ya upungufu kuliko wenziwe alipata kiasi cha homeri kumi; nao wakawaanika wote kando-kando ya kambi kuizunguka pande zote".*

Kwa hiyo ni kweli kuwa nyama ile walipewa na mungu mwenyewe na si mwingine. Unapoendelea kusoma habari inashangaza sana iweje basi ikiwa Mungu aliwapa nyama wale na tena awakondeshe mioyo yao?. Hesabu anaenda mbali zaidi akituambia madhara yaliyotokana na nyama ile waliyopewa na Mungu mwenyewe angalia **Hesabu 11:33** "*Kisha hapo hiyo nyama ilipokuwa ikali kati ya meno yao, hawajaitafuna bado, hasira za BWANA ziliwaka juu ya watu, BWANA akawapiga watu kwa pigo kuu mno".*

Haah why (kwanini)?. Ni jambo ambalo sikutegemea kabisa kuona kuwa kile amabcho Mungu aliwapa kiwe mwiba na kitanzi cha kunyonga roho zao,why? why?,why?. OK najua unataka sana kujua sababu ni nini. Kumbuka kuwa JIBU walilopewa wana Israeli halikuwa mpango wa Mungu wapewe ila ni matokeo ya tamaa yao iliyo sababisha kung'ang'ania kula nyama. Utakumbuka nimekueleza mapema juu ya **kutoka 16** inatuambia Mungu alikusudia wao kula mana lakini wao wakawaka tamaa iliyozaa kulilia nyama na matokeo yake wakapewa lakini wengi waliangamia na wachache walio baki wakabaki na mioyo yao imekonda. Ile kusema akawakondesha mioyo yao ina maana kuwa mahusiano yao na Mungu yaliharibika yakawa mabovu kiasi cha mioyo yao kukosa afya.

JIBU lile Mungu aliwapa si kwa sababu amefurahi hapana bali aliwajibu kwa hasira, kumbuka imeandikwa kuwa " *Furaha ya Bwana mdio nguvu zetu*" kwanini Mungu alikasirika?.

Sababu ya kwanza.

Walikataa mpango wa Mungu juu ya maisha yao wakaamua kutafuta mfumo mwingine wa maisha nje ya ule Mungu aliwakusudia.

Kadhalika katika kizazi hiki wapo wasiotaka alichowapa Mungu lakini wanataka Mungu afanye sawa na tamaa zao, OK unaweza kupata sawa unavyotamani lakini kinaweza kuwa kitanzi kwako na mtengo unasao maishani mwako, usisahau kuwa upo duniani kwa kusudi la Mungu na si kusudi lako wewe bali la Mungu.

Sababu ya pili.

Walinena maneno magumu sana na kukidharau chakula cha Mungu kisicho limwa katika nchi

Angalia wasemavyo **Hesabu 11:6** "*lakini sasa roho zetu zimekauka; hapana kitu cho chote; hatuna kitu cha kutumaini isipokuwa hii mana tu*".

Hebu tuone mfano mwingine hapa.

Nataka usome kitabu cha **1samuel 8.** Hapa utaona jambo la namna hii likijirudia kwa wanaisrael kutaka mfalme awaongoze. jambo hili halikuwa zuri machoni pa Bwana hivyo aliwaonya sana juu ya ombi waombalo lakini hawakukubali ushauri wa Mungu wao kwao wakaendelea kulilia (kung'ang'ania) mfalme. Mungu aliwasikia na kujibu maombi yao kwa kuwapa mfalme awatawale lakini madhara ya kupewa mfalme ni makubwa sana kwa taifa hili na umekuwa mtego kwao hata sasa. Tukibaki kulichunguza wazo hili hebu tuone mfano mwingine hapa.

Jambo moja wapo liliwapa wakati mgumu watu wa kizazi kile kumwelewa Yesu ni juu ya ndoa ya wake wengi (mitara) ambalo hata katika kizazi chetu bado halijaeleweka ipasavyo. Hawa ndugu walishangaa kuona Yesu haungi mkono ndoa za mitara wakati Musa aliwaruhusu kuoa wake wengi na pengine walipo fuatilia historia ya baba zao wakaona kuwa walikuwa na ndoa za wake wengi. Maelezo aliyowapa Yesu yaliwashangaza mno, fungua kitabu cha **Marko 10:4-6** "*Wakasema, Musa alitoa ruhusa kuandika hati ya talaka na kumwacha. Yesu akawaambia, Kwa sababu ya ugumu wa mioyo yenu Musa aliwaandikia amri hii. Lakini tangu mwanzo wa kuumbwa ulimwengu, Mungu aliwafanya mume na mke*". Yesu anasema tangu mwanzo hii ina maana kuwa Mungu hakuwahi kuwaza au kupanga (kuplani) mwanadamu awe na ndoa ya wake wengi, zimetoka wapi ndoa hizi?. Jibu lipo katika maelezo ya Yesu anasema "*kwa sababu ya ugumu mioyo*" kwa hiyo ndoa hizi ni matokeo ya mwanadamu kulilia awe na mitara, Musa aliwaruhusu si kwa agizo la Mungu hapana bali ni kwa hasira yake aliwaruhusu baada ya kuona wanamsumbua sana wanaume wale wakilia wawe na wake zaidi ya mmoja

Mpendwa ninachotaka ujue ni kuwa ni mhimu kumsikiliza Mungu juu ya kile unachoomba ili akupe sawa na alivyo kukusudia na si vile wewe umekusudia. Kumbuka hili ya kuwa MUNGU *HAFANYI JAMBO KWA VILE NI JEMA MACHONI PAKO BALI ANFANYA KWA VILE NI JEMA MACHONI PAKE YEYE.*

Nakuhakikishia leo ukilipokea jambo alolifanya yeye hata kama hapo mwanzo lilikuwa baya kwako akilifanya yeye kwa baraka zake linakuwa zuri mno machoni pako. Ni swala la kulipokea tuu. Unaweza kupata picha nzuri toka kwa Paulo unapotazama kitabu cha**2Corinthians 12:10** "*Kwa hiyo napendezwa na udhaifu, na ufidhuli, na misiba, na adha, na shida, kwa ajili ya Kristo. Maana niwapo dhaifu ndipo nilipo na nguvu. Shauku ya Paulo kwa Kanisa la Korintho*". Kwa kukumbusha tu ni kuwa Paul alikuwa katika maombi akiomba mwiba umwondoke, akaomba mara mbili pasipo jibu lakini mara ya tatu alijibiwa neema yangu yakutosha, ndipo unasoma mstari huo hapo juu unaona Paul yuleyule aliye kuwa akiomba mwimba umwondoke sasa anajisifia kubaki na mwiba hii ni baada ya kulipokea

JIBU la Mungu "*neema yangu yakutosha*". Unajua hata kama ilikuwa hupendi hicho kitu lakini Mungu akikupa hicho huwa anakupa na nguvu ndani yake itakayo kuwezesha kwenda nacho kwa furaha na amani moyoni mwako.

Imenenwa na watu kuwa ng'ang'ania baraka zako kwa Bwana ni sawa kabisa lakini swali la kujiuliza ni je baraka zangu mimi zipi?. Je alivyo barikiwa Isaya nami ndivyo nitabarikiwa hivyo hivyo au kile Mungu amempa Janeth ndicho nami lazima nipewe?. Baraka zangu ni zipi hasa kwa Mungu?. Usije ukafikiri natania ni kweli ukililia hovyo hovyo utapewa hata vile hukutakiwa kupewa maana kama unalilia kitu ambacho Mungu hajakuahidi hakupi na usipo pata lazima uutanug'unika tuu na jambo hili huzaa ibaada ya sanamu ndani ya moyo wako. Sasa sikia Mungu asemavyo hapa **Ezekiel 14:1** "*Ndipo baadhi ya wazee wa Israeli wakanijia, wakaketi mbele yangu*".

Angalia mistari inayofuata ukianza na ule wa pili "*Ndipo neno la BWANA likanijia, kusema, Mwanadamu, watu hawa wametwaa vinyago vyao na kuvitia mioyoni mwao, nao wameweka kwazo la uovu wao mbele ya nyuso zao. Je! Ni haki yangu niulizwe na wao katika neno lo lote? Basi sema nao, uwaambie, Bwana MUNGU asema hivi; Kila mtu wa nyumba ya Israeli atwaaye vinyago vyake na kuvitia moyoni mwake, na kuliweka kwazo la uovu wake mbele ya uso wake, na kumwendea nabii; mimi, BWANA, nitamjibu neno lake sawasawa na wingi wa sanamu zake*".

Naamini unaelewa vema kiswahili, Mungu anasema wamwendee nabii na si mganga wakienyeji au mchawi tena asema yeye Mungu atajibu maombi yao, hasemi Shetani atajibu maombi yao. Angalia anasema jibu la maombi yao litategemea uwingi wa vinyago walivyo navyo mioyoni mwao. Ni wazi kuwa majibu haya hayatokani na makusudi ya Mungu juu ya watu hawa bali ni matokeo ya kung'ang'ania kwao. Je unadhani jibu la namna hii litakuwa na baraka za Mungu?.

Je unalilia nini kwa Bwana?. Nitakushauri kuwa ili uendelee kulilia hicho unalilia hakikisha kuna neno Mungu amesema nawe kuwa atakupa ili ubaki ukimkumbusha ahadi yake kwako kamwe usiwake tamaa ya kuwa upewe kama wengine walivyopewa,kumbuka hili ndilo liliwafanya ndugu zetu kuangamia kwa vile tuu walitaka wawe kama mataifa meingine wawe na mfalme, si kwamba walipungukiwa chakula hapana kilikuwepo ila tuu tamaa ya kuwa kama kule Misiri.

Mpendwa wangu kuna watu wana ṇena maneno magumu sana kwa wake zao kwa vile hawana mtoto na mme anataka awe kama jirani yake mwenye watoto, wengine wamefika mbali husema bora waliolala mhimbili (Hospitali) kuliko hivi naishi wee mpendwa ni maneno magumu hayoo!, wengine uchumba uevunjika kwa vile tuu mwenzake hana gari au ameahindwa kumsaisldia alicho taka na sasa anataka mwingine, OK sawa sikukatazi lakini angalia je ajaye anakuja kwa jina la Bwana?.

Wapo watu wameomba na kupata majibu ya kile waliomba lakini wanashangaa mambo ni magumu kana kwamba hawakuomba kwa Mungu. Wamebaki wakikemea usiku na mchana hakuna majibu kana kwamba jina la Yesu limepungua nguvu. Sikia badili mfumo wa maombi kwa sababu yamkini Shetani hahusiki bali ni hasira ya Mungu juu yako kwa sababu ulilidharau kusudi lake Mungu juu ya maisha yako, mlilie Mungu leo, ni nani ajuaye kama Mungu hatakurehemu?..

SIKU YA KUMI NA SITA

Somo la kumi na sita: Nitajuaje kama maombi yangu yamejibiwa au nimeomba katika mapenzi ya mungu?.

Bwana asifiwe!. Leo hii nataka tutazame juu ya swali hili: Nitajuaje Mungu amejibu maombi yangu?. Ikiwa ombi lako litajibiwa au litakuwa ndani ya mapenzi ya Mungu kuna viashiria kazaa vitakavyo kupa uhakika ndani yako kuwa umejibiwa au umeomba sawa na mapenzi yake. Ukifahamu hili itakusaidia wewe kutoingia katika mtego wa kulalamika mbele za Mungu kila uingiapo katika maombi bali itakuwezesha kusema asante yaani kumshukuru Mungu. Nimekuwekea hapa viashiria anghalau vitano ili ikusaidie wewe kuendelea kuchimbua dhahabu hii iliyo jificha ndani ya maandiko upate kupata vingi zaidi ya hivi tutakavyoviangalia hapa Leo

Kiashiria cha kwanza.

K*upewa ishara kudhibitisha jibu lako.*

Kazi moja yapo ya ishara ni kuthibitisha uwepo wa Mungu mahali flani,ndiyo maana Yesu mwenyewe alituambia kuwa "*Lakini mimi nikitoa pepo kwa Roho wa Mungu, basi ufalme wa Mungu umekwisha kuwajilia*".(**Mathayo 12:28**). Yesu alitaka tujue kuwa ishara azitendazo zinadhihirisha kuwa Mungu yu pamoja naye na ndio maana mahali pengi amesema "*basi ziamini ishara nizifanyazo*".

Njia hiyo ya ishara ilitumika sana na Mungu kuwadhibitishia waombaji wa kwanza walipotaka kujua kama ni Mungu amesema. Unapaswa kujua kuwa ndani ya ishara kuna sauti ya mtenda ishara na pia kuna ujumbe anaotaka huyu mwenye ishara ukufikie wewe kupitia ishara hiyo imefanyika kwako. Kwa mfano:

2Wafalme 20:8-11 "*Hezekia akamwambia Isaya, Je! Kutakuwa na ishara gani ya kwamba BWANA ataniponya, nami siku ya tatu nitapanda nyumbani kwa BWANA. Isaya akamwambia, Jambo hili litakuwa ishara kwako, itokayo kwa BWANA, ya kwamba BWANA atalifanya neno hilo alilolinena; je! Kivuli kiendelee madaraja kumi, au kirudi nyuma madaraja kumi? Hezekia akajibu, Ni jambo jepesi kivuli kuendelea madaraja kumi; la, hicho kivuli na kirudi nyuma madaraja kumi. Isaya nabii akamlilia BWANA; akakirudisha nyuma kile kivuli madaraja kumi, ambayo kilikuwa kimeshuka katika madaraja ya Ahazi*".

Usisahau ya kuwa Hezekia alikuwa katika maombi mazito na Mungu akamtuma Isaya amwambie Hezekia kuwa amesikia maombi yake na atamponya na kumbariki na tena atamlinda si yeye tu bali mji mzima. Tunaona Hezekia alikuwa na maswali juu ya majibu haya ya

Mungu kupitia kwa Isaya nabii au tunaweza kusema Hezekiah alikuwa na wasiwasi kama ni kweli Mungu amejibu Maombi yake kwa kumtuma Isaya. Naamini Mungu alimsemesha nabii wake kuhusu wasiwasi wa Hezekiah. Isaya alitambua hilo akamwambia Hezekiah atake ishara kwa Mungu ili kudhibitisha jibu lile. Sawasawa na ishara aliyoitaka Mungu alimpa ishara ili Hezekia awe na uhakika kuwa Mungu amemjibu.

Angalia pia **Isaya7:14** "*Kwa hiyo Bwana mwenyewe atawapa ishara. Tazama, bikira atachukua mimba, atazaa mtoto mwanamume, naye atamwita jina lake Imanueli*".

Ahazia mfalme na Israel wote walikuwa na kilio kwa sababu Sham amepatana na Efraim wapate kumwandama Ahazia. Moyo wake ukafadhaika sana ndipo Mungu alimtumia Isaya kumpa jibu Ahazia kuwa jambo hili halitakuwa. Unaona hapa pia kuwa Isaya alimtaka mfalme atake ishara lakini mfalme alikataa kumjaribu Mungu bali aliamini yale majibu. Ni kama jibu la mfalme lilimfurahisha sana Mungu kiasi kwamba akaamua mwenyewe ampe mfalme ishara juu ukombozi wa kweli wa nyumba ya Daudi unakuja siku chache zijazo kuwa bikira atachukua mimba. Hii ilikuwa ishara ya Mungu mwenyewe kukaa katikati ya wanadamu (yaani kuzaliwa kwa Yesu).

Waamuzi 6:36-40 "*Gideoni akamwambia Mungu, Ikiwa wewe utawaokoa Israeli kwa mkono wangu, kama ulivyosema, tazama, nitaweka ngozi ya kondoo katika kiwanja cha kupuria; na kama ukiwapo umande juu ya ngozi tu, na nchi yote ikiwa kavu, basi, hapo ndipo nitakapojua ya kuwa utawaokoa Israeli kwa mkono wangu, kama ulivyosema. Ikawa hivyo; kwa maana aliondoka asubuhi na mapema, akaikamua ile ngozi, akautoa ule umande katika ile ngozi, bakuli zima la maji. Gideoni akamwambia Mungu, Hasira yako isiwake juu yangu, nami nitasema mara hii tu; nakuomba, nijaribu kwa ngozi hii mara hii tu; sasa ngozi tu na iwe kavu, na uwe umande juu ya nchi yote. Mungu akafanya hivyo usiku ule; maana ile ngozi tu ilikuwa kavu, napo palikuwa na umande juu ya nchi yote*".

Tuonaona hapa pia Gidioni alilokuwa anataka kujua kama ni Mungu amejibu kilio chao kama taifa na pia kujua kama kweli Mungu amemchagua aongoze vita ya ukombozi ya kutoka katika utumwa. Gidioni alitaka aone ishara na yeye mwenyewe alichagua aina ya ishara Mungu alidhihirisha ile ishara aliyotaka Gidioni. Unapoendelea kusoma biblia juu ya jambo hili utaona pia kuwa wazazi wake Samsoni nao walitaka uhakika au kujua kinachoendelea walimwambia Mungu akidhibitishe kwa njia ya ishara. **Waamuzi13:3,8** "*Malaika wa BWANA akamtokea yule mwanamke, akamwambia, Tazama, wewe sasa u tasa, huzai; lakini utachukua mimba, nawe utamzaa mtoto mwanamume. Ndipo huyo Manoa akamwomba BWANA, akisema, Ee Bwana, nakuomba, yule mtu wa Mungu uliyemtuma na aje kwetu mara ya pili, atufundishe hayo yatupasayo kumfanyia huyo mtoto atakayezaliwa*". Maneno ya malaika ule mstari wa kwanza yanaonyesha kuwa huyu mwanamke alikuwa tasa hivyo naamini yeye na mume wake walikuwa katika maombi ya muda mrefu wapewe mtoto. Habari ya yule mama ilipomfikia mumewe (Manoa) tunaona ya kuwa Manoa alifanya maombi akitaka ishara kama udhibitisho wa jibu lao walilopewa juu ya kilio chao cha mtoto na Bible inaniambia kuwa Mungu alimsikiliza Manoa katika ombi lake hili na akafanya. Zaidi sana malaika akafanya ishara nyingine ya kupaa katika mwali wa moto wa sadaka ya familia ya Manoa. Baada ya ishara hii wasiwasi ndani ya Manoa na mkewe ukakoma na badala yake hofu ya Mungu ikawafunika.

Ilipofika saa ubishani umekuwa mkubwa juu ya nani ni Mungu wa kweli kati ya Baal au Mungu wa Israel utaona ya kuwa Eliya alitaka ishara itakayo dhibitishia Mungu yupi ni Mungu wa kweli. Anasema "*Nanyi ombeni kwa jina la mungu wenu, nami nitaomba kwa jina la BWANA; na Mungu yule ajibuye kwa moto, na awe ndiye Mungu. Watu wote wakajibu wakasema, Maneno haya ni mazuri*". **(Wafalmee 18:24)**

Eliya ili kumaliza ule ubishi aliwataka waingie kwenye maombi na alitaka jibu watakalopewa toka kwa Mungu anayetakiwa kuabudiwa ni lazima liwe katika ishara ya moto ili kila jicho lipate kuona jibu na si watu wa rohoni tu bali kila jicho. Tunaona kuwa ishara ile iliombwa na Eliya mwombaji na si wale manabii mianne wa Baal ilijibiwa siku ile, usidhani wale manabii wengi hawakupenda ishara toka kwa miungu yao, hapana walitani sana Baali afanye ishara naamini walizoea kuona Baali akifanya ishara ndiyo maana waliingia katika maombi wakiwa na uhakika watajibiwa. Naweza kusema ile ishara ya moto Mungu aliifanya ili kudhibitisha kuwa yeye ni Mungu lakini pia kumdhibitisha pasipo shaka kuwa Eliya ni mtumishi wake.

Mtazame mfalme Sulemani alipomwomba Mumgu, naye Mungu alipoyakubali maombi ya Sulemani alileta ishara tunasoma hivi **2 Mambo ya Nyakati 7:1-2** "*Basi Sulemani alipokwisha maombi hayo, moto ukashuka kutoka mbinguni, ukateketeza sadaka ya kuteketezwa na dhabihu; utukufu wa BWANA ukaijaza nyumba. Wala makuhani hawakuweza kuingia nyumbani mwa BWANA, kwa kuwa utukufu wa BWANA umeijaza nyumba ya BWANA*".

Tunasoma pia habari za Kornelio mtoa sadaka na mwombaji maana aliambiwa sala zako zimefika juu mbele za Mungu. Tunasoma kile malaika alimwambia Kornelio katika **Matendo ya Mitume 10:5-6** imeandikwa hivi " *Sasa basi, peleka watu Yafa, ukamwite Simoni, aitwaye Petro. Yeye ni mgeni wa mtu mmoja, jina lake Simoni, mtengenezaji wa ngozi, ambaye nyumba yake iko pwani, atakuambia yakupasayo kutenda*". Malaika alimpa Kornelio maelezo amabayo ndani yake kulikuwa na ishara ya nyumba na eneo husika mahali alipo Simioni. Ujumbe huu wa malaika ulikusudiwa kumjulishaa Kornelio kuwa maombi yake yamejibiwa na pia kumjulisha yampasaya kufanya ambapo siri ya mambo hayo ilifichwa ndani ya Petro.

Ninachotaka uone hapa ni kuwa ishara ni njia mojawapo ya njia amabyo Mungu hutumia kudhibitisha neno alilo alilolisema. Tena Biblia ipo wazi katika **Isaya 7:14** "*Kwa hiyo Bwana mwenyewe atawapa ishara. Tazama, bikira atachukua mimba, atazaa mtoto mwanamume, naye atamwita jina lake Imanueli*".

Pamoja na kuwa Mungu mwenyewe aweza kutupa ishara ni jambo la kufurahisha sana kuwa Bible inatufundisha ya kuwa tunaweza pia kutaka au kuomba tupewe ishara toka kwa Mungu Isaya **7:11,14** "*Jitakie ishara ya BWANA, Mungu wako; itake katika mahali palipo chini sana, au katika mahali palipo juu sana*". Kwa hiyo badala ya kusubiri upewe ishara unaweza kuomba ishara kwa Mungu kama udhibitisho, lililo muhimu fahamu ishara ni njia mojawapo anayotumia Mungu kudhibitisha jambo na tena ujue ishara iwe kubwa au ndogo inabaki kuwa ishara.

Kiashiria cha pili.

Cheki uhusiano wako na Mungu unakuaje unapoendelea kuomba au baada ya maombi.

Kiashiria kingine kinachoweza kukusaidia kama maombi yako yatajibiwa au upo ndani ya mapenzi ya Mungu ni uhusiano wako na Mungu unakaaje. Je unaimalika unapoendelea kuombea jambo hilo au unaadhirika?. Hii ni kwa sababu Mungu hawezi kukupa jambo linalo haribu uhusiano wake nawe hawezi kabisa vingine umeg'ag'ania upewe kwa kuwa ukipewa kwa mapenzi mema ni lazima jibu hilo litaimarisha uhusiano wake na yeye, hata kama litakuwa tofauti na ulivyoomba, mkumbuke mtume Pauli aliomba mwiba umtoke akajibiwa neema yangu yakutosha jibu lile liliimarisha zaidi uhusiano kati yake na mUngu.

Tazama tena **zaburi106:15** "*Akawapa walichomtaka, Akawakondesha roho zao*". Biblia hapa inatuambia matokeo ya kile kilitokea wakati wazee wetu wa imani walioomba wapewe nyama badala ya Mana aliyowapa Mungu (**Hesabu 11** nakushauri usome sura hili kwa faida yako). Unaona ya kuwa Mungu aliwapa walichotaka lakini tunaambiwa kuwa aliwakondesha mioyo yao. Ile kusema " *aliwakondesha mioyo*" inamaana kuwa uhusiano wao na Mungu uliharibika naamini hata kabla hawajapewa nyama ni lazima uhusiano wao na Mungu ulikuwa umeharibika kabisa pengine wangepata kucheki hali yao ya kiroho wangeshituka mapema kuachana na kulilia nyama na kuponya nafsi zao.

Ukiona unafanya jambo au unaomba au baada ya kuomba unakuta uhusiano wako na Mungu unaharibika ujue hiyo ni taa nyekundu inakupa tahadhali kuwa unalomba lipo nje ya mapenzi ya Mungu kwa hiyo halitajibiwa achana nalo usiombe hilo jambo utapoteza muda.

Kiashiria cha tatu

K*ura*

Tangu mwanzo tunajifunza kuwa kura imekuwa ikitumika katika kufanya maamuzi kati ya mambo ambayo haijulikani lipi lifanyike kati ya hayo au nini kifanyike ili kuamua kwa haki. **Mithali 18:18** "*Kurahukomesha mashindano; Hukata maneno ya wakuu*". Ikiwa una mambo mawili au zaidi yanashindana ndani ya akili yako au kuna mambo zaidi ya moja mbele yako nawe hujui lipi ifanye basi kura itakusaidia. Wakati Joshwa anawapa urithi wana wa Israel alitumia kura kuamua nani akae upande huu na upande ule, haikuwa kwa utashi wake hapana, na jambo hili ni Mungu aliagiza iwe hivyo. **Yoshua 14:1-3,5** "*Kisha hizi ndizo nchi ambazo wana wa Israeli walizitwaa katika nchi ya Kanaani, ambazo Eleazari kuhani, na Yoshua mwana wa Nuni, na vichwa vya nyumba za mababa wa kabila za Israeli, waliwagawanyia, kwa kuandama hiyo kura ya urithi wao, vile vile kama BWANA alivyoamuru kwa mkono wa Musa, kwa ajili ya hizo kabila kenda, na hiyo nusu ya kabila. KwaKwa kuwa Musa alikuwa amekwisha kuwapa urithi hizo kabila mbili na nusu, ng'ambo ya pili ya Yordani; lakini hakuwapa Walawi urithi uwao wote kati yao. VileVile vile kama BWANA alivyomwamuru Musa, hao wana wa Israeli walifanya vivyo, nao wakaigawanya hiyo nchi*".

Mfano niliuona ni mzuri ni huu wa **Matendo ya Mitume1:23-26** "*Wakaweka wawili, Yusufu, aitwaye Barsaba, aliyekuwa na jina la pili Yusto, na Mathiya. Kisha wakaomba, wakasema, Wewe, Bwana, ujuaye mioyo ya watu wote, tuonyeshe ni nani uliyemchagua katika hawa wawili, ashike mahali katika huduma hii na utume huu, alioukosa Yuda,* *aende zake mahali pake mwenyewe. Wakawapigia kura; kura ikamwangukia Mathiya; naye akahesabiwa kuwa pamoja na mitume kumi na mmoja".* Biblia inasema waliwaweka wawili lakini hawakujua ni nani hasa aliye chaguliwa na Mungu kushika nafasi ile. Tunaona hawa ndugu katika Kristo wakimwomba Mungu awaonyeshe aliye mchagua ni nani na ndipo wakatumia kura kumpata aliyestahili kushika nafasi ile. Hapa kura ilitumika kudhibitisha kuwa maombi yao yamejibiwa na kulidhibitisha pasipo shaka jibu la maombi yao juu ya mtu aliyechanguluwa na Mungu kushika utumishi ule.

Samweli naye ni mfano bora kabisa, yeye alitumwa na Mungu akampake mafuta mfalme mtarajiwa katika nyumba ya Yese lakini hakupewa jina. Alipofika kwa Yese alikutana na watoto wengi wa mzee Yese wenye sifa tofauti tofauti jambo hili lilimpa wakati mgumu kujua ni nani hasa anayestahili kupakwa mafuta. Tunaona saa ilipo fika ya kuchagua Samweli alikuwa anawatazama kwa sifa azijuavyo yeye lakini Mungu akakataa. Kilicho msaidia mzee huyu ni usikivu aliokuwa nao vingenevyo angekosea (**1Samwel16:5-11**).Karatasi au kadi ya kupigia kura ya Samweli ilikuwa chupa ya mafuta aliyokuwa nayo mkononi mwake.

Tatizo kubwa lililopo siku hizi juu ya njia hii ya kudhibitisha kilicho cha Mungu ni kuwa watu hatuna usikivu ndani yetu na tuna tumia chupa yetu ya mafuta vibaya kwa kuwapaka wale sisi tunawataka wawe wafalme ili tupate faida kwao na si yule Mungu anamtaka. Wewe tazama katika ngazi ya kitafa wakati wa kupiga kura au nenda makanisani watu wanapochagua wajumbe wa baraza la wazee au mjumbe wa eneo flani wanaangalia uchumi wa mtu huyo, wanatazama watakulaje, wakiona ni kosoaji wa matumizi ya pesa ya kanisa kwa mfano humchagua huyo kuwa mzee wa kanisa kama njia ya kumfunga mdomo kwa sababu atakuwa sehemu ya baraza kwa hiyo hataweza kuhoji tena ibaadani mbele ya washirika. Wakati mwingine vikundi hula kiapo kuwa tutachagua mtu flani hata iweje, wanasahau kuwa Mungu haangalii hayo, hana kampeni yoyote na mtu. Ili uweze kufaulu na upate jibu sahihi kupitia njia hii unahitaji usikivu mkubwa sana. Sio wewe tayari umechagua mchumba umtakaye halafu unataka Mungu akuonyesha ni yupi wa kwako haviendi namna hiyo.

Unaweza kupiga kura mwenyewe na matokeo ukayaona. Fikiria umealikwa kufundisha semina eneo **A** na pia umealikwa eneo **B** wakati mmoja, unajuaje Mungu anataka uende sehemu **A** na si **B** ?. Kura itakusaidia kujua wapi uende sasa inategemea kula yako ikoje . Mfano unaweza kutenga siku kila moja ukifanya maombi na maandalizi ya ujumbe kwa ajili ya sehemu **A** na siku nyingine ni maombi na kuandaa ujumbe wa sehemu **B.** Sasa cheki ni wapi unapata amani au mtiririko unakuja vizuri wa ujumbe wa kufundisha unapojindaa kwenda wapi **A** au **B.** Eneo ambalo ujumbe unakatika au maombi yanakosa mpenyo ni ishara kuwa Mungu hakuruhusu uende huko. Angali usijaribu kufanya jambo la namna hiyo ikiwa tayari amesha jichagulia mahali pa kwenda.

Kiashiria cha nne

Cheki kiwango cha furaha ndani yako kama kinaongezeka au kinapunguza unapoomba au baada ya maombi yako kwa Mungu.

Furaha ndani ya moyo wako inaweza kuwa kiashiria kimoja wapo ikiwa Mungu amejibu maombi yako. unapoendelea kuomba uwe unacheki kuongezeka ama kupungua kwa furaha ndani yako. **Yohana16:24** "*Hata sasa hamkuomba neno kwa jina langu; ombeni, nanyi mtapata; furaha yenu iwe timilifu*". Tunapoomba na maombi yetu yakijibiwa kiwango cha furaha ndani huwa timilifu, hili ni jambo la kawaida sana kwetu. Ukipeleka maombi yako popote na ukajibiwa sawa na ulivyoomba ni kweli siku hiyo inakuwa ni siku yenye furaha sana na wakati mwingine unajikuta unacheka mwenyewe hii ni kwa sababu moyo umefurahi.

Hebu tutazame huyu mama anaitwa Hana. **1Samweli1:8-18** "*Elkana mumewe akamwambia, Hana, unalilia nini? Kwani huli chakula? Kwa nini moyo wako una huzuni? Je! Mimi si bora kwako kuliko watoto kumi? Ndipo Hana akainuka, walipokwisha kula na kunywa huko Shilo. Naye Eli, kuhani, alikuwa akiketi kitini pake penye mwimo wa hekalu la BWANA. Naye huyo mwanamke alikuwa na uchungu rohoni mwake, akamwomba BWANA akalia sana. Akaweka nadhiri, akasema, Ee BWANA wa majeshi, ikiwa wewe utaliangalia teso la mjakazi wako, na kunikumbuka, wala usinisahau mimi mjakazi wako, na kunipa mimi mjakazi wako mtoto mume, ndipo mimi nitakapompa BWANA huyo mtoto siku zote za maisha yake, wala wembe hautamfikilia kichwani kamwe. Ikawa, hapo alipodumu kuomba mbele* *za BWANA, Eli akamwangalia kinywa chake. Basi Hana alikuwa akinena moyoni mwake; midomo yake tu ilionekana kama anena, sauti yake isisikiwe; kwa hiyo huyo Eli alimdhania kuwa amelewa. Ndipo Eli akamwambia, Je! Utakuwa mlevi hata lini? Achilia mbali divai yako. Hana akajibu, akasema, Hasha! Bwana wangu, mimi ni mwanamke mwenye roho ya huzuni, mimi sikunywa divai wala kileo, ila nimeimimina roho yangu mbele za BWANA. Usimdhanie mjakazi wako kuwa ni mwanamke asiyefaa kitu; kwa kuwa katika wingi wa kuugua kwangu na kusikitika kwangu ndivyo nilivyonena hata sasa. Ndipo Eli akajibu, akasema, Enenda kwa amani; na Mungu wa Israeli akujalie haja yako uliyomwomba. Nayeaye akasema, Mjakazi wako na aone kibali machoni pako. Basi huyo mwanamke akaenda zake, naye akala chakula, wala uso wake haukunjamana tena".*

Yesu asifiwe!. Huyu mama alikuwa na uchungu moyoni kiasi kwamba hata kula chakula alishindwa kabisa , mumewe alijitahidi kusimama katika nafasi yake akimfariji akimwambia " je mimi si bora kuliko watoto kumi", lakini ile faraja haikusaiida kitu akanyanyuka katika chakula akarudi hekaluni wala hakuenda kwa kuhani aliienda mpaka kwa madhabahu akapiga magoti na kumlilia Mungu wake huku akibubujikwa na machozi ikafika wakati sauti yake ikakata bali moyoni alinena. Kuhani alipomtazana akamdhania mlevi kumbe sio. Kuhani alipotambua kuwa ana haja mbele za Mungu akamwambia "Ndipo Eli akajibu, akasema, Enenda kwa amani; na Mungu wa Israeli akujalie haja yako uliyomwomba. Naye akasema, Mjakazi wako na aone kibali machoni pako. Basi huyo mwanamke akaenda zake, naye akala chakula, wala uso wake haukukunjamana tena". Mungu alileta jibu kupitia kwa kuhani Eli na yule mama alipopata jibu lile biblia inatuambia kuwa huzuni yake yule mama ikakoma,uso wake haukujamana tena akainuka akala chakula. Mungu anapo kujibu siku zote moyo huwa unafurahia na huzuni zinapotea kabisa,kama wewe upo katika maombi na unakutana hali kama ya huyu mama yaani moyo wako kufurahi baada ya maombi au ukiwa unaomba jua kabisa jibu limetolewa na sasa ni muda mzuri kwako kuanza kumwambia Mungu asante kwa kujibu maombi yako. Hebusema asante. .

SURA YA KUMI NA SABA

Somo la kumi na saba: Je ninapoomba nitumie damu ya Yesu au jina la Yesu?.

Moja wapo ya swali ambalo waombaji hujiuliza na pengine hata wewe ni miongoni mwao waulizao swali hili. Je ninapoomba nitumie damu ya Yesu au jina la Yesu?. Ni vema swali hili tukalijadili ili tupate jibu sahihi kwa sababu kukosena kwa jibu sahihi kunaababisha mgawanyiko wa kiimani miongoni mwa waombaji katika kizazi hiki, juu ya matumizi ya damu ya Yesu na jina la Yesu katika huduma ya maombi. Kupitia kipengele hiki cha somo hili nataka tujifunze pamoja ili tuone biblia ina maoni gani juu ya sintofahamu hii ya kiimani.

Ufunuo wa Yohana12:11 "*Nao wakamshinda kwa damu ya Mwana-Kondoo, na kwa neno la ushuhuda wao; ambao hawakupenda maisha yao hata kufa*". Mstari huu ni mahali pazuri pa kuanzia kutafakari juu ya damu ya Yesu katika kumshughulikia adui yetu.

Ndani ya mstari huu tunaona mambo mawili: neno la ushuhuda wao na damu ya mwanakondoo (Yesu). Jambo la kwanza anazungumuza juu ya ushuhuda. Anaposema neno la ushuhuda haimanishi ushuhuda wa nini Mungu amekutendea hapana ana maana ya maisha ya mtu yamebeba ushuhuda gani,anaishije mtu huyu mbele za Mungu na za wanadamu pia.

Mfano mzuri wa ushuhuda huu ni ule wa mzee Samuel. Tazama **1Samweli12:3** "*Nami nipo hapa; basi, mnishuhudie mbele za BWANA, na mbele ya masihi wake, nalitwaa ng'ombe wa nani? Au nalitwaa punda wa nani? Au ni nani niliyemdhulumu? Ni nani niliyemwonea? Au kwa mkono wa nani nimepokea rushwa inipofushe macho? Nami nitawarudishia ninyi*".

Jambo la pili anazungumuza juu ya damu ya Yesu, kama tunaweza kupata ushindi kupitia damu ya Yesu katika vita tuliyonayo, basi mojawapo ya matumizi ya damu ya Yesu ni kuitumia katika uwanja wa mapambano. Damu ya Yesu ni siraha ya mhimu kwetu sisi tuliomwamini Mungu ambao pia tumekuwa wapiganaji wa upande wa Mungu kwa njia ya maombi tunapambana na adui yetu Shetani na jeshi lake.

Ndani ya damu ya Yesu imo nguvu kwa ajili yetu inayoweza kutusaidia katika mapambano tuliyo nayo hapa duniani. Asili ya nguvu hizo inatokana na ukweli kwamba agano jipya ambalo kwa hilo tumepata neema ya kuwa wana wa Mungu na ndani ya agano hilo tunaishi na kusimama mbele ya adui wetu Shetani tupate kuvipiga vile vita vya imani, agano hili limeasisiwa na damu ya Yesu. Linganisha mistari hii:

Mathayo 26:27-28 "*Akakitwaa kikombe, akashukuru, akawapa, akisema, Nyweni nyote katika hiki; kwa maana hii ndiyo damu yangu ya agano, imwagikayo kwa ajili ya wengi kwa ondoleo la dhambi*".

Marko 14:24 "*Akawaambia, Hii ndiyo damu yangu ya agano, imwagikayo kwa ajili ya wengi*".

Luka 22:20 "*Kikombe nacho vivyo hivyo baada ya kula; akisema, Kikombe hiki ni agano jipya katika damu yangu, inayomwagika kwa ajili yenu*".

Damu ya Yesu ilimwagika ili kutangaza agano jipya (usisahau kuwa hata agano la kwanza halikukamilika pasipo damu **Waebrania9:19-20**) pia damu hiyo ya Yesu ndiyo ilifanya agano jipya lifungwe ni damu ya dhamani sana haijawahi kutokea.

Uthamni wa damu hii unatokana na mtu ambaye alimwaga damu yake hakuwahi kutenda dhambi (**1petro 2:22**). Kazi kubwa ya damu ya Yesu ni kufanya ukombozi kwa kulipa gharama ya deni la dhambi **Marko 10:45** "*.... na kutoa nafsi yake iwe fidia ya wengi*", na **Ufunuo wa Yohana 5:9** "*....kwa kuwa ulichinjwa, ukamnunulia Mungu kwa damu yako watu wa kila kabila na lugha na jamaa na taifa*".

Biblia haijanyamaza kimya kuhusu udhamani wa damu ya Yesu, kwa mfano **1 Petro 1:18-19** "*Nanyi mfahamu kwamba mlikombolewa si kwa vitu viharibikavyo, kwa fedha au dhahabu; mpate kutoka katika mwenendo wenu usiofaa mlioupokea kwa baba zenu; bali kwa damu ya thamani, kama ya mwana-kondoo asiye na ila, asiye na waa, yaani, ya Kristo*".

Kulingana na mstari huu tuliosoma wa **1 Petro 1:18-19** damu ya Yesu ina thamani kuliko pesa na dhahabu, pia kitabu cha mwanzo kimeleza kuwa uasi ulio tokea pale Edeni ulisababisha dunia na vyote viliyomo kuwa najisi na Shetani hana uwezo wa kuumba kitu kipya ambacho kitakuwa na thamani sawa au zaidi ya damu ya Yesu hawezi, hivyo damu ya Yesu inabaki kuwa yenye thamani zaidi ya vitu vyote jana, leo na hata milele na milele.

Hallelujah!. Unajua Shetani alifanya mchezo kipindi kirefu, Mungu alipowaambia waamini wale wa kwanza wamwage damu za wanyama ili kufidia madeni yao ya dhambi na vitu vyao, shetani naye akawa anamwaga damu za wanyama na kwa kuwa thamani ya damu ya myama ni moja ikawa inakuwa Ngoma droo (yaani bilabila) hakuna mshindi aliye toa dau kubwa ili awe mmiliki halali. Mungu akacheki kwa ukaribu namna gani atamkomoa Shetani akaona njia bora ni kumwaga damu isiyo na hatia, hapo ikawa ndio mwisho wa ujanja wa Shetani atamwaga damu ipi tena maana vitu vyote duniani vina hatia sasa atoe wapi damu ya namna hii isiyo na hatia?.

Kufuatanaa na **Waebrania 9:19-20** Musa alinyunyiza kitabu (kitabu kiliwakilisha upande wa Mungu) na pia aliwanyunyizia wana Israeli kusudi hizi pande mbili ziwe pamoja, naweza kufananisha ile damu na gundi iliyo shikamanisha vitu viwili pamoja, pasipo hiyo gundi vitu viwili haviwezi kushikamana pamoja.

Kwa hiyo agano jipya lipo hata sasa kwa sababu bado damu ya Yesu ina nguvu ya kuzishikilia pande mbili husika (yaani mwamini na Mungu) katika agano hili zisiachane. Pasipo hiyo damu hakuna agano. Hapa ndipo unaweza kuelewa kinachotokea tunapo mwasi Mungu,dhambi huinua kiambaza kinacho tutenganisha au kutuondoa katika agano na Mungu. Damu ya Yesu inapo nyunyizwa au kumwagwa kwa mtu au mahali inafanya upatanisho kwa kukiondoa kiambaza kinacho mtenga mtu au eneo na Mungu wake. **Waefeso 2:13-16** "*Lakini sasa, katika Kristo Yesu, ninyi mliokuwa mbali hapo kwanza mmekuwa karibu kwa damu yake Kristo. Kwa maana yeye ndiye amani yetu, aliyetufanya sisi sote tuliokuwa wawili kuwa mmoja; akakibomoa kiambaza cha kati kilichotutenga. Naye akiisha kuuondoa ule uadui kwa mwili wake; ndiyo sheria ya amri zilizo katika maagizo; ili afanye hao wawili kuwa mtu mpya mmoja ndani ya nafsi yake; akafanya amani. Akawapatanisha wote wawili na Mungu katika mwili mmoja, kwa njia ya msalaba, akiisha kuufisha ule uadui kwa huo msalaba*". Na pia damu ya Yesu inamlipia huyo mtu madeni yote anayodaiwa kiroho. Hatua hii mhimu inamfanya shetani akose uhalali wa umiliki alio kuwa nao juu ya mtu husika au eneo husika.

Chochote kinacho fanyika katika agano jipya msingi wake u katika damu ya Yesu kwa sababu damu ya Yesu ndio imeweka msingi wa uwepo wa agano jipya (it's a reference point), ukifanya chochote nje ya damu ya Yesu maana yake ni kuwa unafanya nje ya agano, kwa lugha rahisi unafanya nje ya uwepo wa Mungu, jambo hilo linakosa msaada wa Mungu kwa sababu lipo nje ya agano. Kumbuka agano lolote linatabia ya kushughulika na vitu vyote vilivyo chini ya agano hilo, ikiwa na maana kuwa kitu chochote kilicho nje ya agano hilo kipo huru na nguvu ya agano hilo.

Ok jina la Yesu linapata uhalali zaidi wa kushughulikia kila jambo lililo ndani au katika mazingira ya agano jipya ambalo limefungwa katika damu ya Yesu, kwa maana hiyo damu ya Yesu inaanda mazingira mazuri ya jina la Yesu kufana kazi kwa halali.

Kama unafuatilia madiko vizuri utaona kuwa jina la Yesu lilifunuliwa na Mungu mwenyewe kwa wanadamu. **Luka1:31-32** anatuonyesha hilo maana imeandikwa hivi "*Tazama, utachukua mimba na kuzaa mtoto mwanamume; na jina lake utamwita Yesu. Huyo atakuwa mkuu, ataitwa Mwana wa Aliye juu, na Bwana Mungu atampa kiti cha enzi cha Daudi, baba yake*".

Yesu baada ya kuzaliwa akaendelea kutumia jina hilo mpaka alipouendea msalaba, lakini baada ya kifo chake na kufufuka kwake akapewa jina jipya lilio bora kuliko la kwanza kama maandiko yasemavyo katka **Wafilipi 2:8-10** "*tena, alipoonekana ana umbo kama mwanadamu, alijinyenyekeza akawa mtii hata mauti, naam, mauti ya msalaba. Kwa hiyo tena Mungu alimwadhimisha mno, akamkirimia Jina lile lipitalo kila jina; ili kwa jina la Yesu kila goti lipigwe, la vitu vya mbinguni, na vya duniani, na vya chini ya nchi*";

Hivyo ingawa jina hili lilibaki likitamkwa kama zamani (kabla ya mauti ya msalaba) lakini kiuhalisia lilikuwa ni jina jipya kwani hili lilikuwa bora zaidi kuliko la pale mwanzo.

Jina alilopewa lilikuwa bora kwa sababu lilikuwa ni jina la urithi, **Waebrania1:4** "*amefanyika bora kupita malaika, kwa kadiri jina alililorithi lilivyo tukufu kuliko lao.*"

Kama ni hivyo inamaana jina hili halikuwa lake maana huwezi kurithi kitu chako mwenyewe lazima yuko mwenye jina hili na huyu si mwingine bali ni baba yake mwenyewe Mungu mkuu muumbaji wa vyote. Hallelujah!. Ndiyo maana limekuwa jina bora kuliko majina yote, tunapotaja jina hili tunataja majina yote ya uungu wa Mungu, ndiyo!, likitajwa tu jeshi la malaika na mfumo wote wa mbingu na ufalme wa Mungu kwa ujumla unakuwa attension (unakaa sawa) kutekeleza amri inayofuata, maneno yanayofuata baada ya kutamkwa au kusindikizwa na jina hili yanakuwa amri kwa kuwekwa chapa au mhuri wa jina la Yesu, ndiyo maana likitamkwa upande wa pili wanahaha wakijua kuna kipigo kinakuja wasipo tii amri inayo kuja na jina la Yesu, nakuambia Shetani na mfumo mzima wa ufalme wa giza hali inakuwa mbaya sana, ooh hallelujah utukufu una Mungu wetu.

Jina hili tunalolitumia sasa, Yesu alipewa baada ya mauti ya msalaba ambapo damu yake ilimwagwa, alipofufuka ndipo baba yake alimkirimia jina lipitalo majina yote kusudi kila goti lipigwe kwake. Jina alilo pewa Yesu baada ya kufufuka limebeba heshima ya baba yake ndani yake. Hili ndilo jina linalo ponya wagonjwa, linasambaratisha kazi zote za giza alipewa baada ya mauti ya msalaba.

Nataka kukuambia nini, sikia jina la Yesu litendalo miujiza asili yake i katika damu ya Yesu, pasipo hiyo damu ya Yesu jina linakosa uhalali wake kisheria wa kufanya kilicho tamkwa au kikisindikizwa na jina hilo, hii ni kwa sababu damu ya Yesu ndiyo inatoa uhalali wa Mungu kumiliki eneo husika iwe ni mtu au eneo la aridhi au kitu chochote kwa kukilipia ili kiwe mali ya Mungu. Ni mhimu ukumbuke ya kuwa anguko la mwanadamu pale Edeni liliifanya dunia nzima na mfumo wake wote kuwa chini ya umiliki wa Ibilisi na tena usisahau hili ya kuwa ulimwengu wa roho ni ulimwengu unaongozwa kwa sheria. Nitaeleza juu ya sheria za ulimwengu wa roho hapo kesho angalau kwa ufupi.

Wanafunzi wake Yesu hawakuweza kufanya maombi kwa jina la Yesu hapo kabla ya kufufuka kwake japo kuna maeneo utaona wakitumia jina la Yesu tazama **Marko 9:38** pia **Luka 10:17** lakini kiuhalisia halikuwa hili tunalotumia sasa ndiyo maana katika kuagana na wanafunzi wake Yesu alisema "*Hata sasa hamkuomba neno kwa jina langu; ombeni, nanyi mtapata; furaha yenu iwe timilifu*" (**Yohana 16:24**). Lile neno "hata sasa" maana yake hata wakati ule aliposema nao maneno haya wanafunzi wake walikuwa bado hawajaomba kupitia jina hili. Kwa hiyo matumizi ya kweli ya jina la Yesu yalianza mara baada ya mauti ya msalaba wake, hii ni kweli Kwa sababu agano jipya lillifungwa rasimi pale msalabani.

Kwa mantiki hiyo ni wazi kuwa palipo na damu ya Yesu jina la Yesu linapata uhalali wa kutumika kiurahisi zaidi kwa sababu ya mazingira yapo ndani ya damu ya Yesu iliyo husika kufunga agano jipya. Mhimu ujue kuwa Yesu alisema wanaotakiwa kuomba kupitia jina lake ni wanafunzi wake yaani watu ambao tayari wameingizwa kwenye agano kupitia kumkiri Yesu Kristo kwa kinywa na kuamini moyoni wao kuwa mwokozi wao (kuokoka). Kumbuka kuwa damu ndiyo imebeba uhai wa mwenye damu, kwa maneno rahisi ni kuwa ilipo damu ya Yesu na yeye yupo hapohapo. Mamlaka ya jina la Yesu asili yake ni damu ya Yesu, hivyo kulitumia jina la Yesu pasipo uwepo wa damu yake Yesu ni sawa kutaka kutumia mamlaka ya raisi pasipo kufuata katiba, ni katiba ndiyo inayo mpa raisi wa nchi mamlaka, pasipo katiba raisi anakosa uhalali wa kutimiza majukumu yake. Ndiyo maana akifanya jambo nje ya katiba analaumiwa na baadhi ya nchi anaweza kuchukuliwa hatua za kisheria. Sasa angalia mtu huyohuyo anapostafu hawezi tena kutumia mamlaka aliyo kuwa nayo si kwa sababu amebadilika hapana bali katiba imemnyang'anya mamlaka hivyo amepoteza uhalali wa kutumia mamlaka.

Kadhalika damu ya Yesu inapokosekana mazingira ya utendaji kazi wa jina la Yesu yanakuwa magumu, hili ndilo lililo wakuta wale ndugu wa **Matendo ya nitume 16:11-17** kwa sababu walitamka jina la Yesu sawa lakini hawakuwa ndani ya agano la damu (na pia waliyetaka hilo jina lifanye kazi kwake naye hakuwa ndani ya agano la damu ya Yesu, (mtu huyu alikuwa chini ya utawala wa giza), hivyo walikosa uhalali wa kimatumizi juu ya jina la Yesu lakini jina lenyewe lilibaki na nguvu zake.

Nimekuwekea mistari michache hapa iwe chachu kwako ya kukuhimiza upate kuzama zaidi ya hapa katika maandiko ili kuongeza uelewa wako juu utendaji kazi wa jina la Yesu na damu ya Yesu. Nakuhimiza utafute kwa bidii hiyo mistari mingine ya biblia itakusaidia sana katika safari yako ya maombi.

Damu ya Yesu inahusika katika kutujengea fellowship kati yetu na Mungu. **Waebrania 10:19-20**"*Basi, ndugu, kwa kuwa tuna ujasiri* *wa kupaingia patakatifu kwa damu ya Yesu,njia ile aliyotuanzia iliyo mpya, iliyo hai, ipitayo katika pazia, yaani, mwili wake"*; ni kwa njia ya damu ya Yesu tunapata kumkaribia Mungu madhabahuni pake. Ile damu inapotufunika Mungu hatutazami sisi bali humwona mwanae mpendwa kwa sababu damu yake imebeba pia nafsi ya Yesu.

Damu ya Yesu si kwamba inatutakasa dhambi tu bali pia inahusika katika kusababisha uponyaji wa afya zetu za kiroho au za kimwili. **Isaya53:5** "*Bali alijeruhiwa kwa makosa yetu, Alichubuliwa kwa maovu yetu; Adhabu ya amani yetu ilikuwa juu yake, Na kwa kupigwa kwake sisi tumepona".* Kwa kweli tunapozungumzia juu ya kupigwa, kuchubuliwa juu ya msalaba siku zote humaanisha juu ya damu ya Yesu iliyo mwagika msabani. Tunaweza kusema kwa damu ya msalaba wa Yesu sisi tumepona magonjwa yetu.

Pia usisahau kuwa ndani ya damu ya Yesu kuna ulizi, **Kutoka 12:12-13** "*Maana nitapita kati ya nchi ya Misri usiku huo, nami nitawapiga wazaliwa wa kwanza wote katika nchi ya Misri, wa mwanadamu na wa mnyama; nami nitafanya hukumu juu ya miungu yote ya Misri; Mimi ndimi BWANA. Na ile damu itakuwa ishara kwenu katika zile nyumba mtakazokuwamo; nami nitakapoiona ile damu, nitapita juu yenu, lisiwapate pigo lo lote likawaharibu, nitakapoipiga nchi ya Misri".* Ile damu ya pasaka ilikuwa inahusika kuwalinda wote waliokuwa ndani ya agano na ndiyo maana hawakutakiwa kutoka nje ya nyumba zao usiku ule. Usidhani Mungu alitaka ipakwe damu kwa vile hazijui nyumba za waisraeli hapana ilikuwa ni maalumu kwa ajili ya kuwalinda watu walio ndani ya agano. Biblia inasema pasaka wetu wa agano jipya amekwisha kuchinjwa, **1Wakorintho 5:7** "*Basi, jisafisheni, mkatoe ile chachu ya kale, mpate kuwa donge jipya, kama vile mlivyo hamkutiwa chachu. Kwa maana Pasaka wetu amekwisha kutolewa kuwa sadaka, yaani, Kristo"* Kama Yesu ndiye pasaka wa agano lililo bora zaidi ina maana damu yake ni bora zaidi na ndani yake kuna ulizi ulio bora kuliko ule wa pasaka wa Misri.

Haya ni machache sana katika mengi kuhusu damu ya Yesu unaweza kuendelea kufuatilia swala hili. Sasa hebu tuone kidogo juu ya jina la Yesu.

Mathayo 18:20 "*Kwa kuwa walipo wawili watatu wamekusanyika kwa jina langu, nami nipo papo hapo katikati yao*". Kama ilivyo kwa damu pia jina linatabia ya kumbeba mwenye jina ndiyo maana unaona Yesu akisema wakikusanyika kwa jina langu, maana yake kinachomleta Yesu kwenye kusanyiko hilo ni jina lake.

Yohana 14:14 "Mkiniomba neno lo lote kwa jina langu, nitalifanya". Na tena soma pia Yohana 17:11 "Wala mimi simo tena ulimwenguni, lakini hawa wamo ulimwenguni, nami naja kwako. Baba mtakatifu, kwa jina lako ulilonipa uwalinde hawa, ili wawe na umoja kama sisi tulivyo".

Ukioanisha mistari hii michache utaona kwamba tunaweza kulindwa kupitia damu ya Yesu na pia tunaweza kulindwa kupitia jina la Yesu, tunaweza kupokea uponyanyi kupitia damu ya Yesu na pia tunaweza kupokea uponyaji kupitia jina la Yesu na tena tunaweza kuona uwepo wa Mungu kupitia jina la Yesu na pia tunaweza kuona uwepo Mungu kupitia damu yake Yesu. Wana mahesabu wanajua kuwa ikiwa (A+B) = C na ikiwa (AxB) = C kwa hiyo (AXB) = (A+B). Ok ngoja nifafanue kidogo namaanisha nini hapa, ikiwa (2+2) = 4, na pia (2x2) = 4 basi pia ni kweli kuwa (2+2) = (2x2). Ni swala la uelewa tu linahitajika hapa.

Biblia pia inaonyesha kuwa jina la Yesu linaweza likaleta matokeo kadha hata kama damu haikuhusika moja kwa moja lakini Yesu anasema ikitoke hivyo ni kwa vile Baba yake ameamua kuliheshimu jina lake (**Isaya 48:11**)

Unaweza kutumia jina la Yesu na damu ya Yesu pamoja kwa matokeo ya haraka na bora. Kwa mfano. Ikiwa namwombea mgojwa nitakutumia damu ya Yesu kusudi ifanye upatanisho katika yake na Mungu kusudi roho yake iponywe na kutakaswa dhambi zake na pia nitatumia jina la Yesu kutaka uponyaji wa Mungu juu mwili unamsubuliwa na ugonjwa. Ni vema pia ukajua kuna maneo ambapo jina la Yesu haliwezi kufanya kazi,mfano jina la Yesu haliwezi kumtakasa mtu dhambi zake. Ile Yesu kututaka tuombe kwa jina lake hakuweka ukomo wa matumizi ya damu ya Yesu katika maombi, unapaswa kujua pia kuwa hatuombi kupitia damu ya Yesu bali tunatumia nafasi hii ya maombi kuipa nafasi damu ya Yesu ifanye kazi yake kulingana na uhitaji wa kiroho juu ya eneo husika, kwa sababu damu ya Yesu ina uwezo wa kunena mema juu ya eneo husika na jina la Yesu linatumika wakati huohuo kama mhuri wa kudhibitisha kuwa maombi haya tumeyaomba kwa ridhaa ya Kristo Yesu.

Kama upo katika maombi unakuta unaongozwa kutumia damu ya Yesu usisite tumia damu, Roho Mtakatifu anajua kuwa eneo au jambo unaloliombea ili lipate majibu inahitajika fidia, Kumbuka ni damu ya Yesu inayoweza kutulipia fidia kwa adui. Jifunze kumruhusu Roho wa BWANA akuongoze unapofanya maombi kamwe usijiongoze mwenyewe.

Muda umeendelea sana nasi tumebakiwa na dakika chache sana giza kuja **Yohana 9:4** "*.... usiku waja asipoweza mtu kufanya kazi*", na kazi bado ni kubwa mno **Mathayo 9:37** "*.... alipo waambia wanafunzi wake, Mavuno ni mengi, lakini watenda kazi ni wachache*". Imetupasa sisi wachache tulioko kazini kufanya kazi kwa bidii kubwa sana na tukitumia welevu mkuu chini ya uongozi wa Roho Mtakatifu. Tufanye kazi leo wala tusiseme tutafanya kesho kwa sababu kesho inaweza kuwa usiku wa giza kwetu tukashindwa kufanya kazi. Hallelujah!.

Tuombe. Mungu wetu wa neema nakusihi kwa njia ya Roho wako utujalie kutambua majira haya tuliyo nayo ni ya nanna gani, na utupe kiu ya kukutumikia tungali bado hai. Eeeh BWANA utujalie nasi tujue kuhesabu siku zetu kama mwimbaji wa **Zaburi 90:12** ase mavyo "*Basi, utujulishe kuzihesabu siku zetu, Tujipatie moyo wa hekima*". Ili na sisi tuishi kwa hekima yako na si hekima ya ulimwengu huu,katika jina la Yesu hapo mahali ulipo ndugu msomaji pokea ushindi wa BWANA maishani mwako katika kazi zote za mikono yako uzifanyazo Kwa itukuu wa Mungu pekee. Ameni.

SIKU YA KUMI NA NANE

Somo la kumi na nane: Ulimwengu wa roho unaongozwa kwa sheria.

Leo ni siku yetu ya mwisho, ta ngu tuanze Mungu amekuwa mwema kwetu nami namshuru sana Roho Mtakatifukuendelea kuwa nasi katika semina hii. Leo nataka nikufundishe jambo moja muhimu ambalo waombaji wengi hawajui ya kuwa ulimwengu wa roho ni ulimwengu unaongozwa kwa sheria.

Siri hili itakusaidia kujua kuwa Mungu anapojibu maombi yako anafuata utaratibu huo wa kisheria ili jibu lako liwe la haki. Pia ukijua hili itakusaidia unapoomba uweze kujitahidi kwa kadri uwezavyo kusimama vizuri ili kupata uhali wa kisheria kusudi maombi yako yapate kujibiwa kirahisi.

Jambo lingine mhimu utafahamu ya kwamba Mungu aliweka maombi iwe njia ya kumruhusu Mungu akae upande wako hivyo utafahamu kuwa maombi ni kwa faida yako. Watu wengi hawaombi kwa sababu wadhani Mungu ataingilia kati shida zao kwa vile ni Mungu anajua kuwa Wana pitia wakati mgumu, hawajajua kuwa kuna taratibu zinafutwa ili Mingu ashufhulike na maisha yao.

Tuombe!. Tumekusanyika hapa pamoja na ndugu huyu au ndugu hawa katika jina lako, nakuomba kama ulivyoahidi ukisema **Mathayo18:20** "*Kwa kuwa walipo wawili watatu wamekusanyika kwa jina langu, nami nipo papo hapo katikati yao*". Nakusihi jidhihirishe sasa kwetu leo hii kuwa upo katikati yetu, katika jina la Yesu tufundishe BWANA. Ameni.

Ok kwa wale waliosomea mambo ya sheria wanajua kuwa sheria ikishapitishwa inakubana hata wewe uliyeitunga na ukiikosea inakuhukumu bila kujali kuwa wewe ndiye umeiweka. Sheria ni kitu cha ajabu sana, mfano hata kama ulitaka kumwokoa mpendwa wako au mwanao aliye vunja sheria inakuwa mgumu japo unaumia kuona anahukumiwa, lakini utafanyeje maana ukijaribu kulazimisha kuingilia kati kwa sababu ya cheo chako sheria itakubana na itawahukumu wote wawili, hata kama wewe ndiye umeitunga. Utaweza kubadiri hiyo hukumu ikiwa tu iko sheria nyingine inayokupa mamlaka ya kufanya hivyo na kwa kufuata utaratibu maalum. Ukitazama sheria kwa jicho la karibu utaona kuwa sheria inahusika pia kuruhusu au kuzuia uwepo wa kitu au jamnbo husika kwa mtu au eneo lililokusudiwa kupewa kilicho ombwa.

Sababu ya kukueleza haya nataka ujue kuwa unatakiwa kufuata sheria zinazo tawala ulimwengu wa Roho unapo fanya maombi kwa sababu kujibiwa kwa maombi yako kunatengemea sheria zinazo tawala ulimwengu wa Roho. **Yakobo 4:3** inatuambia kuwa *"...mwaomba, wala hampati kwa sababu mwaomba vibaya,..."* kama sababu ya kutojibiwa ni kuomba vibaya ina maana kuwa taratibu (sheria) husika hazikufuatwa wakati wa maombi. Ni vema ufahamu kuwa Mungu ana tabia ya kusimamia mamneno yake na taratibu alizo jiwekea mwenyewe ndiyo maana anaitwa Mungu wa haki.

Ok ngoja nisiingie sana huko nirudi kwenye maada husika. Kupitia maandiko ya biblia tunafahamu juu ya uwepo wa ulimwengu wa roho hasa tunaposoma maneno haya katika biblia.

Waefeso 1:20 *"... akamweka mkono wake wa kuume katika ulimwengu wa roho";* tena ona mstari huu wa **Waefeso 2:6** *"... akatuketisha pamoja naye katika ulimwengu wa roho,..."*

Mistari hiyo ni baadhi tu ya mistari ya biblia inayo tuonyesha juu ya uwepo wa ulimwengu wa roho. Kupitia maandiko haya imekupasa kujua ya kuwa ulimwengu wa roho ni dhahili japo macho yetu haya hayawezi kuuona, hii ni kwa sababu macho yetu uwezo wake wa kuona una mipaka. Mfano rahisi ni feni au taili la baiskeli au Mota ya mashine ya kusaga ikizunguka kwa spidi kubwa unaweza kuona kama imesimama kumbe inazunguka. Unaweza ukawa mahali ukaona hewa ya hapo ni safi na salama lakini vikiletwa vifaa maalumu vya kusaidia kuona utashangaa kuwa hapo kuna wadudu kibao wa magonjwa. Kwa nini usione pale mwazo?. Sababu ni kuwa uwezo wa macho yetu kuona una mipaka (very limited) kwa hiyo ile kwamba hauoni ulimwengu wa roho kwa macho yako haina maana kuwa ulimwengu wa roho haupo ukweli ni kuwa upo.

Waefeso 3:10 inatupa taarifa inayo tusaidia kujua kuwa ndani ya ulimwengu wa roho kuna ufalme na pia zipo mamlaka. Imeandikwa hivi *"ili sasa, kwa njia ya kanisa, hekima ya Mungu iliyo ya namna nyingi ijulikane na* ***falme*** *na* ***mamlaka*** *katika ulimwengu wa roho"*; pia tunasoma katika **Waefeso 6:12**"... *ni juu ya falme na mamlaka, juu ya wakuu wa giza hili, juu ya majeshi ya pepo wabaya katika ulimwengu wa roho"*. Kwa hiyo ulimwengu wa roho unatawaliwa na falme zenye mamlaka kamili.

Tunapoendelea kujifunza juu ya ulimwengu wa roho tunaona ya kuwa ndani ya ulimwengu huu kuna aina kuu mbili za falme zenye mamlaka kamili. Tazama **Wakolosai1:13**"*.....akatuhamisha na kutuingiza katika ufalme wa Mwana wa pendo lake"*, na **Ufunuo wa Yohana 16:10** inasema hivi *"... chake juu ya kiti cha enzi cha yule mnyama; ufalme wake ukatiwa giza....."*.

Haleluya!. Ndani ya ulimwengu wa roho upo ufalme wa mwana wa Mungu (Yesu) ambapo Yesu mwenyewe ndiye mfalme aliye kalia kiti cha ufalme huo na pia upo ufalme wa nyama, hapa mnyama anamwakilisha shetani, hivyo tunaweza kusema kuna ufalme wa Shetani na Shetani ndiye mfalme aliye kalia kiti cha ufalme huu.

Uwepo wa falme hizi unatuongezea hamu ya kutaka kujua zinafanya nini na zikoje kiutendaji. Jambo hili nitalieleza kwa kirefu katika kitabu kinacho lakini hapa nitalisema kidogo. Ili uelwe hilo unahitaji kurudi kwenye uumbaji imeandikwa **Mwanzo1:26-28** "*Mungu akasema, Na tumfanye mtu kwa mfano wetu, kwa sura yetu; wakatawale samaki wa baharini, na ndege wa angani, na wanyama, na nchi yote pia, na kila chenye kutambaa kitambaacho juu ya nchi. Mungu akaumba mtu kwa mfano wake, kwa mfano wa Mungu alimwumba, mwanamume na mwanamke aliwaumba. Mungu akawabarikia, Mungu akawaambia, Zaeni, mkaongezeke, mkaijaze nchi, na kuitiisha; mkatawale samaki wa baharini, na ndege wa angani, na kila kiumbe chenye uhai kiendacho juu ya nchi*".

Ukiichunnguza mistari hii utaona ya kuwa Mungu alitawala dunia kupitia kwa mwakilishi wake (Balozi wake) ambaye ni mtu aliyemuumba na jina lake mtu huyo alitwa Adamu.

Ni vema ukaelewa ya kuwa ulimwengu wa roho ulikuwepo kabla ya dunia kuumbwa, tunasoma kuwa **Waefeso 1:4** "*kama vile alivyotuchagua katika yeye kabla ya kuwekwa misingi ya ulimwengu, ili tuwe watakatifu, watu wasio na hatia mbele zake katika pendo*". Ulimwengu unaosemwa hapa ni dunia hii tunaikaa. Kimsingi wewe na babu yako au mama yako mliumbwa siku moja kabla dunia haijaubwa mlikuwepo, je mlikuwa wapi jibu ni kuwa ulikuwa katika ulimwengu wa roho ndani ya ufalme wa Mungu.

Mwanzo 1:27 "*Mungu akaumba mtu kwa mfano wake, kwa mfano wa Mungu alimwumba, mwanamume na mwanamke aliwaumba*". Kwa muujibu wa mstari huu nitakuwa sina kosa nikisema wazi kuwa mwanume na mwanamke waliumbwa siku moja na mstari wa **29** na **30** unaona Mungu akiwapa maangizo na vyakula wote wawili. Lakini Ukisoma **Mwanzo 2:7,15-17** utaona kuwa pamoja na watu hawa kuumbwa bado walikuwa hawapo juu ya nchi (duniani) Naamini walikuwa wameumbwa lakini walikuwa bado wapo huko katika ulimwengu wa roho katika ufalme wa mwana wake maana imendikwa "*BWANA Mungu akamfanya mtu kwa mavumbi ya ardhi, akampulizia puani pumzi ya uhai; mtu akawa nafsi hai*". Twende pamoja hapa unaona sasa umbo la mwanadamu linafinyangwa toka katika mavimbi ya nchi na badaaye pumzi ya uzima inawekwa kwenye mavumbi haya na yanabadilika kuwa nafsi hai. Usisahau kuwa **Mwanzo 1:27** alishatuambia kuwa walishaumbwa, kitendo cha **Mwanzo2:7** kutuambia juu umbo la mtu kutengenezwa toka mavumbini, kinatusaidia kujua kuwa wale watu wa **Mwanzo 1:26-27** hawakuwa na umbo kamili bali walikuwa roho zisizo na umbo. Naamini unafahamu ya kwamba ili kitu kikae katika dunia hii lazima kiwe na mwili (umbo kamili). Hii ndiyo sababu Pepo au Jini likitaka kuishi katika dunia hii tuionayo kwa macho ni lazima lipate kitu halisi ili liishi kwa hicho, litaishi kupitia mwili wa mtu ikishindikana basi litakaa hata kwenye kifuu cha nazi. Kadhalika hata Roho Mtakatifu kwa kuwa yeye ni roho ili afanye kazi huku duniani anauhitaji kukaa ndani yako. **1 Wakorintho 3:16**"*.....Roho wa Mungu anakaa ndani yenu?*".

Ok tazama mstari unayofuata tunasoma ya kuwa "*BWANA Mungu akamtwaa huyo mtu, akamweka katika bustani ya Edeni, ailime na kuitunza*". Huyu mtu aliyepata umbo lake toka mavumbi ya nchi Mungu anampa mahali pa kukaa juu ya uso wa nchi. "*BWANA Mungu akamwagiza huyo mtu, akisema, Matunda ya kila mti wa bustani waweza kula, walakini matunda ya mti wa ujuzi wa mema na mabaya usile, kwa maana siku utakapokula matunda ya mti huo utakufa hakika*". Tunaona hapa sasa anaye pewa maagizo haya ni mmoja, tufauti na **Mwanzo 1:29.** Ukisogea kuutazama mistari ya **Mwanzo 2:18,21-22** utaona ujio wa mtu wapili duniani ambaye ni mwanamke imeandikwa "*BWANA Mungu akasema, Si vema huyo mtu awe peke yake, nitamfanyia msaidizi wa kufanana naye. BWANA Mungu akamletea Adamu usingizi mzito, naye akalala; kisha akatwaa ubavu wake mmoja, akafunika nyama mahali pake, na ule ubavu alioutwaa katika Adamu BWANA Mungu akaufanya mwanamke, akamleta kwa Adamu*".

Ok acha nisiingie sana huko, lengo nilitaka ufahamu kuwa ulimwengu wa roho ulikuwepo kabla ya kuumbwa dunia na ulikuwa chini ya mifumo au sheria za aina mbili, sheria hizo ni mti wa uzima na mti wa mema na mabaya.

Adamu alikaa ndani ya Edeni na kuwa na mamlaka ya kiutawala chini ya sheria ya uzima ndiyo iliyo mpa mamlaka ya kiutawala.

Shetani alifanya mapinduzi juu ya utawala wa Mungu duniani kwa kumdanganya Adamu na Adamu alipo kubali uongo ule alijikuta ofisi yake na mamlaka ya kiutawala aliyo kuwa akitumia kuitawala dunia kwa niaba ya Mungu akiikabidhi kwa Shetani. Shetani akaanza kuitawala dunia kwa kumfanya Adamu kuwa kibaraka wake duniani. Tangu wakati huo kumekuwepo vita kali kati ya ufalme wa Mungu na ule wa shetani. Mungu anataka kurudisha utawala wake duniani kwa kumfanya Adamu awe mwakilishi wake na Shetani naye anataka kuendeleza wimbi la utawala wake kwa kuendelea kumfanya Adamu kuwa kibaraka wake. Ni vita kali *kwelikweli.*

Mpaka sasa wakaazi wa dunia wamegawanyika katika mafungu makuu mawili. Kuna kundi lilio upande wa utawala wa Shetani na kuna kundi lilio upande wa utawala Mungu. Wale walio upande wa utawala wa Shetani ni askari wanao msaidia Shetani aendeleze na kupanua mipaka ya utawala wake, hawa asiri ya guvu zao na siraha zao ni shetani mwenyewe, imeandikwa **Waefeso6:12** "*Kwa maana kushindana kwetu sisi si juu ya damu na nyama; bali ni juu ya falme na mamlaka, juu ya wakuu wa giza hili, juu ya majeshi ya pepo wabaya katika ulimwengu wa roho*". kadhalika walioko upande wa Mungu nao ni askari wanao pigana kuhakikisha Mungu anarudisha utawala wake duniani. Hawa asikari asiri ya nguvu na siraha zao ni Mungu mwenyewe, tunasoma **2 Wakorintho 10:4** "*Maana silaha za vita vyetu si za mwili, bali zina uwezo katika Mungu hata kuangusha ngome;*"

Unaposoma **Waefeso 6:11** utaona walio upande wa Mungu wakihimizwa kuvaa sila za Mungu tayari kwa vita.imeandikwa "*Vaeni silaha zote za Mungu, mpate kuweza kuzipinga hila za Shetani*". Vita hivi ni kati ya hila za adui Shetani akitumia wakuu wa giza (wachawi, wagaga wa kienyeji, mapepo, majini n.k) kuwashabulia wale wa upande wa Mungu. **Waefeso 6:12** "*Kwa maana kushindana kwetu sisi si juu ya damu na nyama; bali ni juu ya falme na mamlaka, juu ya wakuu wa giza hili, juu ya majeshi ya pepo wabaya katika ulimwengu wa roho*".

Unapotazama zaidi mstari huu unatueleza habari za kushindana,kama kuna kushindana basi pia kuna sheria na taratibu za mashindano zinazotumika kumtangaza mshindi, ndio maana mahali pengine biblia inazungumuza habari za kushindana kwa halali. Huwezi kuwa mshindi halali isipokuwa umetimiza taratibu husika.

Kitabu cha **Warumi8:2** kinatuambia juu ya uwepo wa sheria hizi, imeandikwa "*Kwa sababu sheria ya Roho wa uzima ule ulio katika Kristo Yesu imeniacha huru, mbali na sheria ya dhambi na mauti*".

Kama nilivyo tangulua kusema hapo juu sheria hizi zilikuwepo tangu mwanzo,kule mwanzo sheria ya Roho wa uzima imetambulika kama *mti wa uzima* na ile sheria ya dhambi na mauti imetambulika kama *mti wa ujuzi wa mema na mabaya*. Miti hii yote miwili ilikuwa inawakilisha mfumo,utaratibu au sheria zinazotumika kuongoza maisha ya ulimwengu wa roho, na matokeo ya mifumo hii huonekana dhahili duniani.

Ndani ya sheria ya uzima iko sheria ya uhuru. Tazama kitabu cha **Yakobo 2:12** "*Semeni ninyi, na kutenda kama watu watakaohukumiwa kwa sheria ya uhuru*". Tena ona pia mstari huu wa **Yakobo 1:25** "*Lakini aliyeitazama sheria kamilifu iliyo ya uhuru, na kukaa humo, asiwe msikiaji msahaulifu, bali mtendaji wa kazi, huyo atakuwa heri katika kutenda kwake*". Ni sheria hii ya uhuru ndio inamfanya Mungu asiingilie maisha ya mtu bila mtu husika kumruhusu Mungu kuingilia maisha yake, ndio maana Yesu anasema **Ufunuo wa Yohana 3:20** "*Tazama, nasimama mlangoni, nabisha; mtu akiisikia sauti yangu, na kuufungua mlango, nitaingia kwake, nami nitakula pamoja naye, na yeye pamoja nami*". Kupitia sheria hii Mungu amempa uhuru mwanadamu achague atakaye mtumikia kati ya Mungu au shetani. Tunasoma **Yoshua 24:15** "*Nanyi kama mkiona ni vibaya kumtumikia BWANA, chagueni hivi leo mtakayemtumikia; kwamba ni miungu ile* *ambayo baba zenu waliitumikia ng'ambo ya Mto, au kwamba ni miungu ya wale Waamori ambao mnakaa katika nchi yao; lakini mimi na nyumba yangu tutamtumikia* BWANA".

Kama ujuavyo sheria ni msumeno ukatao kuwili. Sheria hii ya Roho wa uzima na ile ya dhambi na mauti zinajulikana vizuri na pande zote mbili katika ulimwengu wa roho. Shetani hutumia sheria hii kumzuia Mungu asiingilie maisha ya mtu mpaka hapo huyo mtu atakapo mchagua Mungu maishani mwake. Ikiwa na maana kwamba kama mtu hata mchagua Mungu maishani mwake ataendelea kuwa chini ya mamlaka ya Ibirusi na Mungu haruhusiwi na sheria hii ya uhuru kuingilia kati kumsaidia mtu huyu anaye tawaliwa kimabavu na Shetani. Ili kumsaidia mwanadamu apokee msaada wa Mungu wakati wowote, Mungu alianzisha kitu kinachoitwa maombi, kwa njia hii mtu anapoomba msaada wa Mungu huwa tayari amemchagua Mungu na Shetani anapojaribu kulalamika Mumgu humjibu kuwa mtu huyu amenichagua mimi kwa kuomba msaada wangu vinginevyo angeomba msaada kwako, hapo shetani hukosa majibu. Hii yaweza kuwa moja wapo ya sababu kwa nini kuna mambo yamekuwa yakikusumbua muda mrefu huoni Mungu akiingilia kati lakini ukianza kuomba msaada wake Mungu huja na kukusaidia.

Pia nikukumbushe tu kuwa Mungu wakati mwingine anaweza kuingilia kati hata kama hujamwita, tazama kisa cha mwili wa Musa **Yuda 1:9.** Lakini si utaratibu wake aliojiwekea wa kumpa uhuru mwanadamu, lakini nikuulize kwanini umlazimishe Mungu aingilie mambo yako kwa lazima ikiwa una weza kumwandalia mazingira rahisi ya kuingilia kati shida zako?.

Kisheria damu ya Yesu ndiyo inayohusika kuleta au kumpatanisha mtu na Mungu, pasipo hiyo damu huwezi ukawa upande wa Mungu na ukapokea msaada wa Mungu kwa sababu Mungu atakapo hitaji kukusaidia sheria ya uhuru haimpi ruhusa ya kukusaidia na pia unakuwa chini ya sheria ya dhambi na mauti, kumbuka siku zote Mungu husimama katika haki hawawezi kucheza rafu. Hapo ndipo utaona umhimu wa kuhusika kwa damu ya Yesu katika maombi yako unaopoomba. Damu ya Yesu ndiyo inampa uhalali Mungu wa kuwa na umiliki wa eneo au mtu husika na dhambi ndiyo inayo mpa Shetani uhalali wa kumiliki eneo au maisha ya mtu.

Waefeso 6:12 "*Kwa maana kushindana kwetu sisi si juu ya damu na nyama; bali ni juu ya falme na mamlaka, juu ya wakuu wa giza hili, juu ya majeshi ya pepo wabaya katika ulimwengu wa roho*". Lugha ya agano jipya vita maana yake maombi, kwa hiyo wanao tajwa hapa wanao vipiga vita ni waombaji au wana maombi, ambao hushindana na asikari wa shetani. Lengo la kukushirikisha siri hii ya ulimwengu wa roho ni kukusaidia upate kujua ya kuwa jibu lako linapitia mchakato kadha au kuna vigezo kadhaa ambavyo si rahisi kuviona lakini Mungu huviangalia mpaka unapewa jibu lako. **2Timotheo 2:5** "*Hata mtu akishindana katika machezo hapewi taji, asiposhindana kwa halali* ".

Kwa hiyo sio swala la kupiga magoti tu unahitaji kuendelea kutafuta maarifa ya kiMungu juu ya maombi uombayo ili uombe bila kukosea, **Yakobo 4:3** inasema wazi kuwa sababu moja wapo ya kutojibiwa kwa maombi tuombayo ni kwa vile hatuombi vizuri, imeandikwa "*Hata mwaomba, wala hampati kwa sababu mwaomba vibaya, ili mvitumie kwa tamaa zenu*". Kama hatupati sababu tumeomba vibaya ina maana kuna utaratibu au kanuni tulipaswa kuufuata ili tusikosee (yaani kuomba vibaya), lakini hatukufuata utaratibu huo. Je umewahi kukujiuliza mwenyewe ni utaratibu wa jinsi gani huo?. Biblia inasema mwaomba ili mtumie vibaya je umewahi kukujiuliza ni kwa nanna gani unaweza kutumia maombi vizuri au majibu yatokanayo na maombi ombayo?. Si jambo jepesi kujua hili unamwitaji roho Mtakatifu akufundishe maana yake nini mamneno haya ya biblia sogea darasani kwa Yesu ujifunze.

kwa kadiri unavyozidi kuijua kweli kuhusu maombi ndivyo unafanya majibu yako yaweze kukufikia mapema kwa sababu unatimiza vigezo vinavyohitajika kwa mwombaji ikiwemo kutumia neno kwa halali. **2 Timotheo 2:15** "*Jitahidi kujionyesha kuwa umekubaliwa na*

Mungu, mtenda kazi asiye na sababu ya kutahayari, ukitumia kwa halali neno la kweli".

Ili uvuke hapo unamhitaji Roho Mtakatifu akusaidie vinginevyo utabaki kuwa mwombaji wa mazoea tu na mtu wa kulalamika kwa Mungu. Usisahau na hili ya kuwa imeandikwa **Ayubu 22:21** "*Mjue sana Mungu, ili uwe na amani; Ndivyo mema yatakavyokujia".* Mafanikio yako katika eneo la maombi yatategemea pia kiwango ulichonacho cha kumjua Mungu juu ya eneo la maombi.

BWANA Yesu asifiwe!. Kama unaweza kusimama, sisimama au kama unaweza kukaa au kupiga magoti mahali ulipo kuonyesha heshima zako kwa Mungu fanya hivyo tupate kuomba. Tuombe!. Asante Yesu kwa neema yako na ulinzi wako tangu siku ya Kwanza tulipoanza kujifunza somo hili mpaka leo hii tunamaliza asante kutufundisha. Nasi tumepokea ujumbe huu twakuomba utusaidie kuyaweka katika matendo yote tuliojifuza na uyatimize makusudi ya kulitumia neno lako kwetu kwa njia hii ya maandishi. Baba nakusihi katika jina la Yesu kila mtu aliyetoa sadaka yake kukaa muda wote huu akijifunza neno lako nakuomba shugjulika na kila hitajia alilo nalo katika maisha yake zaidi sana tunza roho yake. Ameni.

Mungu awabariki nyote, naomba niwalete waimbaji tunapotawanyika mahali hapa. Karibuni waimbaji.

1. Mungu awe nanyi daima,
Hata twonane ya pili,
Awachunge kwa fadhili,
Mungu awe nanyi daima.
Hata twonane huko juu,
Hata twonane kwake kwema;
Hata twonane huko juu,
Mungu awe nanyi daima.
2. Mungu awe nanyi daima;
Ziwafunike mbawaze,
Awalishe, awakuze;Mungu awe nanyi daima

3. Mungu awe nanyi daima;
Kila wakati wa shani
Awalinde hifadhini;
Mungu awe nanyi daima
4. Mungu awe nanyi daima;
Awabarikie sana,
Awapasulie kina;
Mungu awe nanyi dai

BAADA YA SEMINA

Ushauri wangu

Ooh nashukuru sana ndugu yangu kuwa nimekutana nawe hapa uwanjani baada ya semina hii kuisha naamini umejifunza mengi, lakini naomba tuzumgumze kidogo.

Ndugu mpendwa wangu tumejifunza mambo mengi pamoja kupitia semina hii iliyo kujia kwa njia ya maandishi nami nikushukuru kwa kuhudhuria tangu siku ya kwanza mpaka tuna maliza leo hii.

Hata hivyo naomba utumie dakika chache ujihoji mwenyewe ndani yako sasa kuhusu uhusiano wako na Yesu Kristo. Nami sasa nakuuliza swali hili Je kweli wadhibitisha Yesu yu ndni yako?. Kama Jibu lako ni ndiyo niseme wazi "hongera sana" na Ikiwa Jibu lako ni hapana au hauna uhakika basi nipe dakika chache nikushirikishe jambo moja ninalo tamani sana kuwa kukushauri kuhusu maisha yako ya sasa na ya baadaye pia.

Tumejifunza kwamba nje ya agano la damu ya Yesu hakuna msaada wa Mungu na njia pekee ya kuingia katika agano hili ni kuamini moyoni mwako na kumkiri Yesu kwa kinywa chako yaani uokoke, je upo tayari kuokoka?. Kama jibu lako ni ndiyo basi inua mikono yako kisha sema sala hii toka moyoni mwako.

"Baba yangu na Mungu wangu uliyeniumba,nimetambua kuwa nimekukosea sana nilipokataa kukutii wewe na kumfuta Shetani. Nimetambu kuwa ulikuja dunia ukafa na kisha kufufuka siku ya tatu, ulifanya haya yote kwa ajili yangu. Leo hii Bwana ninakuja kwako kwa moyo wangu wote nikutumikie na kukutegemea siku zangu zote utakazo

nijalia kuishi duniani naomba unisamehe uovu wangu wote na unisafishe kwa damu ya Yesu iliyomwagika msalabani. Bwana Yesu nimefungua mlango wa moyo wangu karibu ndani yangu kwa njia Roho Mtakatifu uwe Bwana na mwikozi wangu, karibu Roho Mtakatifu uniongoze sasa kwa Yesu. Katika jina la Yesu Amen".

Ikiwa umetamka sala hii kwa moyo wako wote nikupe HONGERA sasa umeokoka ikiwa utapenda kuwasiliana nasi ili upate mafundisho zaidi tuandikie kupitia nenodottz@gmail.com au tafuta wapendwa walio karibu nawe watakusaidia mengi, usikae peko yako wala usifanye siri wokovu wako, wambie watu waziwazi kuwa umeokoka.

Neema ya Kristo na iwe pamoja nawe daima

Don't miss out!

Visit the website below and you can sign up to receive emails whenever Samuel Aswile publishes a new book. There's no charge and no obligation.

https://books2read.com/r/B-A-XUENC-CRVBF

BOOKS 2 READ

Connecting independent readers to independent writers.

About the Author

Samuel Aswile Mwakatajila ni mtazania aliyezaliwa katika kijiji cha Lyebe wilaya ya Rungwe mkoa wa mbeya nchini Tanzania.

Ni mtumishi wa Mungu mwenye elimu ya theology na pia msomi mwenye shahada ya Telecommunication & Electronics Engineering.

Mtumishi Samuel amekuwa akifundisha ujumbe wa neno alilopewa na Mungu maeneo mbalimbali ndani na nje ya nchi kwa Munda mtefu sasa.

Pia ni mwandishi wa vitabu na makala za kiimani (Imani ya kikristo) kwa muda mtefu.

Samuel anakualika kupata ujuzi wa kiMungu kupitia kitabu hiki.

www.ingramcontent.com/pod-product-compliance
Lightning Source LLC
LaVergne TN
LVHW040437051026
849517LV00002B/644